CHẤM DỨT NẠN ĐÓI KINH THÁNH NGÀY HÔM NAY

MỘT THÁCH THỨC LAN TRUYỀN LỜI CHÚA KHẮP ĐỊA CẦU

LOREN CUNNINGHAM

VỚI
JANICE ROGERS

DỊCH GIẢ:
DANIEL DOAN

TIÊN
PHONG

Thanh Niên Với Sứ Mạng (YWAM), một tổ chức truyền giáo quốc tế đến từ nhiều hệ phái để chia sẻ về Chúa Jêsus cho thế hệ này. Đến giờ phút này, YWAM đã tập trung tất cả nỗ lực vào ba lĩnh vực chính: (1) huấn luyện và trang bị cho người tin Chúa hoàn thành Đại Mạng Lệnh (Ma-thi-ơ 28:19), (2) truyền giáo cá nhân và (3) làm công tác xã hội (y tế và cứu trợ).

Tác giả: Loren Cunningham, với Janice Rogers
Dịch giả: Daniel Doan
Thể loại: Kinh Thánh, Sứ mạng & Truyền giáo
Bản dịch tiếng Việt 2020 © Tien Phong Ministries
Được in và xuất bản tại Việt Nam.
Mục vụ Tiên Phong chịu trách nhiệm chuyển ngữ và xin giấy phép xuất bản tựa đề: *Chấm dứt nạn đói Kinh Thánh ngay bây giờ* của tác giả Loren Cunningham.

Tất cả trích dẫn Kinh Thánh trong sách sử dụng Bản dịch Truyền thống 1926 và Bản dịch Truyền thống Hiệu đính 2010.

Các số liệu trong sách được sử dụng vào thời điểm tác giả viết sách này. Xin quý độc giả kiểm tra cẩn thận trước khi chia sẻ các số liệu này để tránh hiểu sai ý của tác giả.

Gửi tặng Madison, Kenna và Liam,
Darlene, các cháu và thế nệ của họ.
Nguyện tất cả sẽ nhìn thấy sự thức tỉnh
thuộc linh toàn cầu lớn nhất
trong lịch sử.

MỤC LỤC

LỜI CẢM ƠN

Chúng tôi muốn cảm ơn hết thảy những ai đã đóng góp vào nội dung và giúp hoàn thành quyển sách này: Amanda Palusky, Amy Cook, Captain Ann Ford, Ben Nonoa, Bernie and Sylvia Kay, Brady Manning, Cheryl Weber, Chong Ho Won, Crystal Cook, Darlene Cunningham, Dave Goetter, David Hamilton, Dax Fears, Dilli (phần họ tên đã được giấu vì lý do nhạy cảm), Giacomo Coghi, Hans Kristian Sandtorp, Izabella Bodini, Jackson and Anneke Ndecheck, Jeff Rogers, Jill Thornton, Jim Rogers, Joakim Magnus, Joel Rogers, Josiah Palusky, Mark Anderson, Morgan Jackson, Nathaniel Baldock, Neil Sauvageau, Noelle McClure, Petr Samoylich, Rheo Loseo, Runar Byberg, Samantha Arredondo, Shannon Baldwin, Stephanie Palusky, Vae Eli và Youngshin Kim.

Chúng tôi cũng muốn cám ơn những người bạn và cộng sự rất yêu dấu đã khích lệ và truyền cảm hứng cho khải tượng này: Avery Willis, Dr. Bill và Vonette Bright, Billy Graham, Bob Creson, Bob Hoskins, Brother Andrew, Cameron Townsend, Campbell McAlpine, Corrie ten Boom, Darrow Miller, gia đình David Green,

David và Stephanie Palusky, Dick Eastman, Duncan Campbell, Ts. Francis Schaeffer, George Flattery, George Verwer, Gordon Olson, Ts. Jack McAlister, James Featherby, Jerry và Annette Jackson, Colonel Jim Ammerman, Jim và Joy Dawson, Ts. Kenneth Taylor, Ts. Leland Paris, Michael Perreau, Paul Childers, Paul Eshleman, Ts. Ralph Winter, Roy Peterson, Steve Douglass, Ts. Vishal Mangalwadi, và cha mẹ của tôi là Ts. J.C. và Jewell Cunningham, ông của tôi là James H. Cunningham được gọi là "Quyển Kinh Thánh di động" vì ông đã nhớ quá nhiều Lời Chúa.

Trên hết, chúng tôi muốn cảm tạ và tôn vinh Đức Chúa Jêsus Christ là cội rễ và cuối cùng của mọi sự.

CHƯƠNG 1
VẤN ĐỀ NHỎ, THÁCH THỨC LỚN

Tôi đang sống với trạng thái vô cùng khẩn cấp. Ấy là sự nhiệt thành đã lớn lên trong tôi từ rất lâu rồi. Khi tôi thức dậy vào buổi sáng, nó ở ngay trước mặt tôi. Khi tôi đi ngủ vào buổi tối, nó cũng ở đó. Tôi và các cộng sự đã phải vất vả lắm để thực hiện điều này. Nhưng giờ đây, tôi biết rằng Chúa đang thúc giục chúng ta hoàn thành điều này thật nhanh. Các lãnh đạo Cơ Đốc khác cũng đang vật lộn với thách thức này – ngay cả có vài người phải mất nhiều thập kỉ với nó. Trách nhiệm này là của hết thảy chúng ta trong thân thể của Đấng Christ. Còn với tôi thì nó bắt đầu bằng một câu hỏi.

Vào năm 1966, tôi đang đi cùng một nhóm thanh niên đến miền Trung Mỹ. Một chiếc xe trong đoàn bị hư, thế là chúng tôi phải dừng lại trước một thị trấn Mê-xi-cô đầy bụi cát. Vài người trong đoàn đi tìm người thợ máy, số còn lại thì đi đến từng nhà trong thị trấn gửi tặng Phúc âm Giăng và một quyển truyền đạo đơn giản thích cách tiếp nhận Chúa Jêsus. Một đội khác đang tổ chức truyền giảng ngoài trời tại nợp họp chợ, một cái cho người lớn và một cái cho các em nhỏ.

Ngày hôm đó, có người đưa ra một câu hỏi mà Chúa đã dùng để bắt đầu một thử thách lớn.

Sau khi buổi truyền giảng ngoài trời kết thúc, một phụ nữ mặc chiếc váy đỏ nhạt màu đến gặp tôi. Tiếng Tây Ban Nha của tôi không tốt tí nào, nhưng tôi hiểu được cô ấy hỏi rằng: "Ở đây không hề có Kinh Thánh, cũng chẳng có quyển nào ở các thị trấn quanh đây. Ông có quyển Kinh Thánh trong tiếng mẹ đẻ của tôi không?"

Tôi cố gắng tìm quyển Kinh Thánh tiếng Tây Ban Nha cho cô ấy. Cô ta liền giật lấy rồi ôm vào lòng ngực. ";Muchísimas gracias, señor!"

Khi chúng tôi lái đi khỏi đó, câu hỏi của người phụ nữ cứ vang vọng trong trí tôi. *Ông có quyển Kinh Thánh trong tiếng mẹ đẻ của tôi không?* Một hình ảnh hiện lên trước mắt tôi. Đó là điều Kinh Thánh gọi là "khải tượng". Tôi nhìn thấy một chiếc xe tải lớn giống một chiếc xe tải chở hàng rất to đang dịch chuyển. Một dòng chữ được vẽ bên trong cái lô-gô to tướng nói rằng: "*Solo los deshonestos temen la verdad. Santa Biblia, gratis*".

Tôi tự dịch dòng chữ này thật chậm rãi trong trí của mình. "*Chỉ có kẻ nói dối mới sợ lẽ thật. Kinh Thánh miễn phí*".

Tôi ngạc nhiên trước sức mạnh của dòng chữ này.

Tôi chưa bao giờ nghe thấy câu đầu tiên nào giống như thế trước đây, còn tiếng Tây Ban Nha của tôi thì tệ đến nỗi làm sao có thể hình dung ra hình ảnh đó. Khải tượng ấy tiếp tục xuất hiện. Tôi nhìn thấy một người trẻ đang đứng ở phía sau thùng xe để gửi tặng Kinh Thánh cho mọi người rất hối hả.

Tôi biết khải tượng ấy có nghĩa gì, thế là chúng tôi bắt tay vào chinh phục thử thách này. Khi chúng tôi đến thành phố Mê-xi-cô, tôi đi tới cơ sở Kinh Thánh Hội để coi thử họ có bao nhiêu quyển Kinh Thánh. Sau đó, tôi gọi cho bạn bè và gây quỹ cùng với Kinh Thánh Hội để mua năm-mươi ngàn quyển Kinh Thánh Tân Ước tiếng Tây Ban Nha. Đội của chúng tôi đã gửi tặng Kinh Thánh tại các trường đại học trong thành phố. Mọi chuyện bắt đầu từ đó.

Tảng đá màu đen trên mặt trăng

Ý tưởng đem Lời Chúa đến với mọi người đã bắt đầu từ khi tôi bảy tuổi. Lúc đó, gia đình tôi vẫn còn sống ở El Centro, California, gần biên giới Mê-xi-cô.

Một đêm nọ, tôi đang nằm trên giường với hai tay bắt chéo gối đầu, ngắm nghía mặt trăng tròn sáng bừng trên trời. Tôi nghĩ, chuyện gì sẽ xảy ra nếu lên mặt trăng rồi viết một câu Kinh Thánh hay nhất trên đó nhỉ? Chúng ta có thể tìm những tảng đá màu đen to tướng rồi viết lên đó – chúng phải là màu đen vì sẽ nổi bật trên mặt trăng. Chúng ta có thể sắp xếp mấy tảng đá ấy thành chữ để tất cả mọi người trên trái đất có thể đọc: "Vì Đức Chúa Trời yêu thương thế gian đến nỗi…"

Tôi dừng lại nghĩ. Hàng chữ này phải ngắn hơn. Chúng ta không thể tìm được nhiều tảng đá như vậy đâu. Có lẽ chúng ta nên viết rằng: "Đức Chúa Trời là sự yêu thương".

Đó chỉ là trí tưởng tượng của một cậu bé. Chẳng có người nào lên mặt trăng vào những năm 1940 cả. Còn thông điệp mà tôi muốn viết lên mấy tảng đá sẽ chẳng giúp được những ngôn ngữ khác hay là những người không biết đọc làm sao hiểu được. Nhưng tôi cứ suy nghĩ và tưởng tượng thế thôi.

Trước khi bước sang tuổi hai-mươi-mốt, Chúa đã bày tỏ với tôi một "bộ phim" rất ấn tượng. Tôi không mơ màng gì cả, mà đó cũng chẳng phải là một giấc mơ. Tôi vẫn rất tỉnh táo. Dù tôi nhắm mắt hay mở mắt, tôi vẫn nhìn thấy hình ảnh đó. Tôi đã mô tả kinh nghiệm của mình trong quyển sách đầu tiên *Phải Chăng Đó Là Ngài, Thưa Chúa?*

Lúc đó, tôi đã nhìn thấy một bản đồ các lục địa trên thế giới vô cùng sống động. Những làn sóng vỗ vào các bờ biển. Từng đợt sóng dâng lên càng lúc càng xa vào trong các lục địa cho đến khi chúng đầy dẫy khắp đất. Tôi nhìn thấy các gợn sóng trở thành những người trẻ từ khắp nơi đem Lời Chúa đến với mọi người ở mọi nơi.

Khải tượng đó đã trở thành nền tảng cho một đội ngũ giáo sĩ rất nhỏ được gọi là Thanh Niên Với Sứ

Mạng, hoặc là YWAM. Ngày hôm nay, đây là một trong những phong trào giáo sĩ lớn nhất trên thế giới.

Khải tượng mà Chúa đã ban cho tôi, sau khi gặp người phụ nữ mặc váy đỏ nhạt màu, đã xuất hiện sau khi tôi nhìn thấy một bộ phim hiện lên trong trí về làn sóng những người trẻ. Vì những làn sóng đó đã hoá thành những người trẻ *đem Lời Chúa đi khắp thế giới*.

Chấm dứt nạn đói Kinh Thánh không phải là kế hoạch điên rồ của một lãnh đạo nào cả. Chúa đã bày tỏ ý tưởng này. Mỗi khải tượng bắt đầu với Đức Chúa Trời, nhưng được thực hiện bởi những người biết lắng nghe và vâng lời.

Sau này, tôi tìm thấy nhiều người cũng đang hướng tới mục tiêu này.

Ngay cả những người ở xa xôi

Nhiều năm sau đó, vào những năm 1960 và 1970, các nhân sự của YWAM đã phân phát Kinh Thánh Tân Ước và Phúc âm Giăng ở nhiều nơi trên thế giới.

Tại vùng biển Ca-ri-bê, chúng tôi gặp bà Amrstrong, là "người bình an" của chúng tôi (xem Lu-ca 10:6). Bà đã mở ra nhiều cánh cửa cho chúng tôi tại St. Thomas, bao gồm cả cơ hội lên sóng truyền hình. Tôi đã từng nói trước ống kính rằng: "Chúng tôi đi đến từng gia đình trên hòn đảo này để gửi tặng Phúc âm Giăng miễn phí và một quyển sách nhỏ giải thích làm thế nào để tiếp nhận Chúa Jêsus một cách cá nhân". Có một người kia sống ẩn dật ở trên núi. Khi các tình nguyện viên của YWAM đến thăm, ông ta nói rằng: Tôi có nghe trên ti-vi về công tác của mấy anh. Tôi cứ nghĩ mấy anh sẽ không đến nhà tôi đâu. Thế mà giờ lại có mặt ở đây!"

Tỉnh Suphan Buri của Thái Lan là một thí dụ khác. Vào năm 1969, đội đầu tiên đi khắp thế giới của chúng tôi đã vượt qua những cánh đồng lúa để đem Kinh Thánh đến với từng nhà trong khu vực, chúng tôi cũng đến gặp hàng trăm vị tu sĩ đang sống tại các trung tâm Phật giáo. Cũng vậy, chúng tôi cũng gửi tặng Kinh Thánh Tân Ước cho từng hộ gia đình đang sống ở các làng mạc tại các tiểu bang của Mê-xi-cô – thí dụ như San Luis Potosí.

Phong trào của chúng tôi đã liên tục gửi tặng Kinh Thánh suốt hơn năm-mươi năm qua. Nhưng khải tượng liên quan đến người phụ nữ mặc váy đỏ nhạt màu vẫn chưa rõ ràng.

CHƯƠNG 2
Ý TƯỞNG CỦA CHÚA

Đôi khi Chúa sẽ phán với bạn điều gì đó mà bạn *không được* làm. Vào mùa thu năm 1982, tôi đang dự hội nghị các mục sư tại văn phòng của tổ chức Chinh phục Sinh viên cho Đấng Christ (mà bây giờ gọi là Cru) ở San Bernardino, California. Joy Dawson, Jack Hayford, Rick Howard và tôi là những diễn giả. Ba trăm mục sư có mặt trong sự kiện này.

Khi tôi lắng nghe Rick chia sẻ trong hội nghị, tôi nghe thấy một tiếng nói nhỏ nhẹ. *Ta không muốn con rời khỏi đảo Hawaii vào năm sau.*

Kể từ khi tôi đi lại từ 150 đến 200 ngày trong một năm, tiếng nói ấy khiến tôi cảm thấy lạ. Đi khắp thế gian là một phần trong sự kêu gọi của tôi. Ở nhà trong vòng một năm giống như ngồi ghế dự bị thay vì được chơi cùng cả đội.

Tôi chờ đợi để biết rõ lý do, nhưng không hề có câu trả lời.

Đến giờ nghỉ giải lao, Joy phóng đến bên cạnh tôi. "Loren! Chúa vừa phán với tôi rằng ông không được rời khỏi đảo Hawaii vào năm sau. Ông có nghe thấy điều đó chăng?"

"Có, tôi đã nghe rồi. Tôi đã nói đồng ý với Chúa".

"Ngài có cho biết vì sao không?"

"Không, nhưng tôi vẫn nói đồng ý với Ngài".

Những cơ hội vàng

Không lâu sau đó, tôi nhận được ba lời mời đặc biệt. Tiến sĩ Billy Graham đã mời tôi chia sẻ tại Amsterdam '83, một chương trình truyền giáo dành cho hàng ngàn lãnh đạo.

Sau đó, tôi nhận được thư mời từ Tổng thống Reagan. Ông mời tôi đến Nhà Trắng. "Tôi muốn nói chuyện với anh. Tôi cũng đã mời mười lãnh đạo Cơ Đốc đến dự nữa". Buổi họp ấy được diễn ra vào tháng 1 năm 1983.

Tiếp theo đó, tôi nhận được một thư mời từ Vatican để gặp ông Đức Giáo Hoàng John Paul II. Buổi hội kiến ấy cũng diễn ra vào năm 1983.

Ba cơ hội vàng từ ba vị lãnh đạo mà tôi rất muốn gặp. Nhưng nếu tôi chấp nhận lời mời của họ, nghĩa là tôi đã không vâng lời Chúa.

Nhiều năm sau đó, tôi gặp Tiến sĩ Graham tại nhà riêng của ông. Tôi trở thành một thành viên trong ban lãnh đạo mà chính ông giữ cương vị chủ tịch. Nhưng tôi không bao giờ nhận được một lời mời khác từ Tổng thống Reagan hay Đức Giáo Hoàng John Paul II.

Tôi bắt đầu hiểu tại sao Chúa phán với tôi phải ở nhà vào năm 1983 khi tôi nhận được cuộc gọi từ một người bạn là Tiến sĩ Bill Bright, nhà sáng lập tổ chức Cru. Ông nói với tôi rằng Quốc Hội đã tuyên bố năm 1983 là "Năm Kinh Thánh" và Tổng thống Reagan đã đưa điều này vào luật pháp. Bill hỏi tôi có thể thực hiện điều này ở Hawaii chăng!

Tôi thấy đó là một cơ hội để đem Kinh Thánh đến từng nhà trên hòn đảo đông dân cư này.

Ngay cả đảo cấm

Chúng tôi bắt đầu một cuộc nghiên cứu bằng cách sử dụng dữ liệu điều tra dân số theo nhân khẩu. Chúng tôi cũng tìm kiếm ngôn ngữ chính được sử dụng tại mỗi khu vực trong kế hoạch.

Rất nhiều lãnh đạo mục vụ đã dấn thân vào. Ngay cả nguồn giúp đỡ từ Kinh Thánh Hội và nhiều hội đoàn khác, chúng tôi cần gây quỹ $400,000 để mua các quyển Kinh Thánh. Một trong các mục vụ của YWAM là nhóm múa người Pô-li-nê-si gọi là Island Breeze đã biểu diễn tại một bữa tiệc của Hawaii và góp phần vào chiến dịch gây quỹ.

Cơ Đốc nhân từ nhiều hệ phái khác nhau cũng tham dự. Tôi đã gặp hơn sáu-trăm mục sư và lãnh đạo, cả Tin lành và Thiên Chúa giáo, để xin phép họ chúc phước cho những quyển Kinh Thánh đặc biệt mà chúng tôi đã xuất bản. Một lãnh đạo Do Thái đã đem những quyển Kinh Thánh Cựu Ước cho các gia đình người Do Thái. Chúng tôi đã đem Kinh Thánh đến với mười lăm ngôn ngữ là tiếng mẹ đẻ trên địa bàn của mười lăm tỉnh thành.

Ni'ihau là trường hợp đặc biệt. Được biết là một Đảo Cấm, cư dân trên đảo là những người Hawaii. Ai không phải là cư dân trên đảo thì không được phép đặt chân lên bờ. Họ đã sống như vậy để gìn giữ văn hoá và ngôn ngữ của người Hawaii. Người Ni'ihau có khoảng một triệu người. Để Kinh Thánh đến với họ, chúng tôi phải gặp những người đại diện đã đi thuyền đến dự một sự kiện trọng đại ở hòn đảo Kaua'i kế bên. Tôi có được cơ hội trình bày với họ. Sau đó, họ trở về đảo cùng với những quyển Kinh Thánh tiếng Hawaii để phát cho mọi người.

Trên khắp các hòn đảo, chúng tôi đã thông báo công khai trên sóng truyền hình và quảng cáo trên mặt báo. Chúng tôi nói rằng sẽ đem Kinh Thánh miễn phí đến nhà của họ. Chúng tôi cũng thêm vào những câu nói của Tổng thống George Washinton, Abraham Lincoln và Ronald Reagan về ý nghĩa của Kinh Thánh. Chúng tôi kể nhiều câu chuyện về những cuộc đời được thay đổi, hôn nhân được phục hồi, các quốc gia được củng cố và ảnh hưởng của Kinh Thánh đối với đảo Hawai'i vào thế kỷ mười chín.

Khoảng sáu ngàn người đi đến từng nhà, tặng Kinh Thánh cho mỗi gia đình. Vài người từ chối đón nhận Lời Chúa, nhưng hầu hết đều lẳng lặng tiếp thu.

Phải mất đến một năm rưỡi nhưng chúng tôi cũng đạt được mục tiêu đề ra. Phân phát Kinh Thánh như thế giúp ban phát Phúc âm khắp mọi nơi trên đảo Hawai'i. Trong suốt những năm sau 1983, chúng tôi thấy có nhiều điểm nhóm mọc lên, một số phát triển thành Hội thánh lớn.

Sắp sửa xảy ra!

Tại sao chúng ta lại muốn chấm dứt "nạn đói Kinh Thánh"? Nó là gì vậy? Hầu hết Cơ Đốc nhân đều biết nạn nghèo đói. Nhưng nhiều người đi nhà thờ mỗi Chúa Nhật không hề biết về nhu cầu đói khát Kinh Thánh. Hiện nay, khoảng 165 đến 180 triệu người không hề có Lời Chúa trong tiếng mẹ đẻ của họ.[1] Hơn nữa, có khoảng ba tỷ người chưa hề nghe về Chúa Jêsus.[2]

Chúa Jêsus đã nói tiên tri rằng trước khi tận thế xảy ra, mọi người sẽ biết về Ngài và được biết Lời của Ngài. Khải huyền 7:9 đã nhìn thấy một số đông từ mọi nước, mọi chi phái, mọi dân và mọi tiếng đều mặc áo trắng, thờ phượng trước ngôi của Chúa Jêsus. Ha-ba-cúc 2:14 hứa rằng: "Vì sự nhận biết vinh quang Đức Giê-hô-va sẽ đầy dẫy khắp đất như nước đầy tràn biển". Vinh quang của Đức Giê-hô-va trước hết là Chúa Jêsus và sau đó là những ai tin theo Ngài (Giăng 17:1-26). Hãy để ý Lời Chúa phán rằng mọi người sẽ nhận biết vinh quang Chúa. Câu Kinh Thánh này không hứa hẹn tất cả sẽ tiếp nhận Đấng Christ. Mà sự nhận biết Ngài sẽ sẽ lan toả rộng rãi, bao phủ các lục địa giống như những cơn sóng thần.

Chúa Jêsus phán rằng Phúc âm sẽ được giảng ra khắp đất, cho muôn dân, trước khi Ngài trở lại (Ma-thi-ơ 24:14). Chữ "muôn dân" ở đây hàm ý số nhiều trong tiếng Hy-lạp là *ethnē*. Không phải những quốc gia được Liên Hiệp Quốc công nhận. Chữ *ethinos* số ít là một nhóm người cùng màu da, văn hoá và tập tục truyền thống. Điều này còn bao gồm cả tiếng mẹ đẻ nữa. Hầu hết các quốc gia đều có nhiều ethnē.

Vào năm 2020

Tôi đã chia sẻ tại một Hội nghị Cơ Đốc ở Singapore vào năm 2003. Mỗi lần tôi chia sẻ thì điều này thường xảy ra, đó là trong đầu tôi xuất hiện một ý tưởng vô cùng mạnh mẽ. Tôi chia sẻ với mọi người. "Chúa muốn chúng ta phát Kinh Thánh trong tiếng mẹ đẻ cho mỗi gia đình từ nay cho đến năm 2020".

Phải chăng đó là Ngài, thưa Chúa? Tất cả những gì cần phải làm là hỏi Ngài. Nếu bạn sẵn thực hiện bất kỳ điều gì Ngài phán, thì Ngài sẽ phán rõ ràng với bạn.

Tôi sẽ giải thích thêm trong quyển sách cách Chúa vẫn đang hành động để giúp chúng ta hoàn thành mục tiêu này vào năm 2020. YWAM vinh dự đóng góp một phần rất nhỏ vào bức tranh lớn này.

Còn nhiều điều cần phải làm hơn là viết vài dòng trên tảng đá màu đen của mặt trăng mấy chữ "Đức Chúa Trời là sự yêu thương". Chúng phải phải tận tụy hết mình vì nhiệm vụ này. Chúa đang phán với những người khác, nhiều chi thể khác trong thân của Đấng Christ, nhiều nơi khác ở trên thế giới. Sứ mạng này có thể hoàn thành. Chúa muốn điều này xảy ra, Ngài đã chọn chúng ta là dân sự của Ngài để thực hiện điều này.

Chúng ta cần phải lắng nghe Đức Thánh Linh và dự phần thực hiện ý muốn cao cả của Ngài. Mọi người trên đất cần có Kinh Thánh trong tiếng mẹ đẻ của họ, là ngôn ngữ từ trái tim của họ. Vì đây là ý tưởng của Đức Chúa Trời.

CHƯƠNG 3
TẠI SAO PHẢI CHẤM DỨT NẠN ĐÓI KINH THÁNH

L ý do đầu tiên mà chúng ta cần phải chấm dứt nạn đói Kinh Thánh là vì Đức Chúa Trời đã phán với chúng ta làm điều này. Chúa Jêsus đã ban mạng lệnh cho các môn đồ của Ngài rằng: "Vậy, hãy đi dạy dỗ muôn dân, hãy nhân danh Đức Cha, Đức Con, và Đức Thánh Linh mà làm phép báp-têm cho họ, và dạy họ giữ hết cả mọi điều mà ta đã truyền cho các ngươi. Và này, ta thường ở cùng các ngươi luôn cho đến tận thế".

"Làm cải chua" các dân tộc

Kinh Thánh là công cụ dạy dỗ mạnh mẽ nhất mà chúng ta đang có. Trong Ma-thi-ơ 28:19, chúng ta thấy cụm từ "làm phép báp-tem cho họ" – làm báp-tem các dân tộc. Bạn sẽ làm báp-tem muôn dân như thế nào?

David Hamilton là bạn của tôi, anh ấy là một học giả Kinh Thánh nên rất hiểu biết về ngôn ngữ đầu tiên đã hình thành nên Cựu Ước và Tân Ước. Gần đây, khi thực hiện một dự án, David đọc toàn bộ Kinh Thánh hết mười bốn lần trong vòng mười tám tháng.

Tôi hỏi anh ta có thể nghiên cứu chữ "làm báp-tem" trong Kinh Thánh được không. Anh ta tìm thấy rất nhiều loại – làm báp-tem ăn năn, làm báp-tem bằng lửa và làm báp-tem bằng Đức Thánh Linh, rồi còn nhiều nữa. Nhưng một từ Hy-lạp "làm báp-tem" khiến tôi rất ấn tượng đó là: *baptizo*. Đó là một từ Hy-lạp mà trước giả dùng trong Ma-thi-ơ 28:19 có bối cảnh là muôn dân (mang ý nghĩa số đông), không phải là từng cá thể.

Thật khó để hiểu được ý nghĩa của một từ được dùng trong Kinh Thánh cách đây hai ngàn năm. Hãy nghĩ đến những chữ "đáng sợ" và "ghê sợ". Chúng đã từng đồng nghĩa là "nỗi sợ đáng gờm". Giờ đây, chúng lại trái nghĩa nhau, một cái mang ý nghĩa là "tích cực" và một cái mang ý nghĩa "tiêu cực".

Làm thế nào chúng ta biết trước giả có ý gì qua một từ nào đó trong chính bối cảnh, văn hoá và tôn giáo của họ? Chúng ta cần phải tìm ý nghĩa của chữ ấy từ bản văn khác trong cùng một khu vực.

David đã tìm kiếm các tài liệu cổ khác, những lần đầu tiên đề cập đến việc làm báp-tem trong tiếng Hy-lạp như *bapto* và *baptizo*. Cuối cùng, anh tìm thấy nhiều chỗ, nhưng lại ở trong một bối cảnh khác hoàn toàn.

Một nhà văn từ thế kỷ 3 SCN tên là Athenaeus thuộc

xứ Naucratis đã trích dẫn lời của một đầu bếp người Hy-lạp tên là Nicander thuộc xứ Colophon, khoảng hai trăm năm trước Chúa. Vị đầu bếp này mô tả cách đổ trộn nước giấm và dầu ăn vào củ cải để tạo thêm vị ngon cho món ăn. Trong bài mô tả này ông ta đã dùng chữ *bapto*. Nhưng nếu bạn để cho củ cải thấm nước giấm và gia vị – *baptizo* – thì món ăn sẽ càng có vị ngon hơn nữa.

Vị đầu bếp ngày xưa đang so sánh món xà lách và củ cải chua. Với hai cách trộn gia vị này thì món xà lách không thấm nhiều gia vị bằng. Món củ cải chua lại cho thấy sự biến đổi hoàn toàn. Hơn nữa, món củ cải chua lại giữ cho gia vị thấm lâu hơn.

Rất nhiều dịch giả ngày nay đều cho *baptizo* và *bapto* là đồng nghĩa, nên đã bỏ qua ý định của trước giả trong Ma-thi-ơ 28. Trước giả đang nói với chúng ta hãy "làm cải chua" các dân tộc, thấm nhuần Lời Chúa trong họ, dạy họ quan sát mọi điều Chúa Jêsus đã dạy chúng ta. Còn chúng ta phải thực hiện điều ấy trong Danh Cha, Con và Thánh Linh.

Thay đổi hướng suy nghĩ

Các nhóm Tin lành phát hiện ra nếu bạn dẫn người khác đến tin nhận Chúa mà sau đó không môn đồ hoá họ bằng Lời Chúa, thì trong vòng một năm họ sẽ không còn sống cho Chúa nữa. Đôi khi những người tiếp tục tin theo Chúa với quá trình như vậy chỉ dưới 2 phần trăm.[1]

Một nhóm các giáo sĩ quyết định thêm phần lắng nghe Kinh Thánh và mở ra "các nhóm nhỏ lắng nghe Kinh Thánh" để xem thử có thay đổi được tình trạng này chăng. Họ trình bày Phúc âm bằng thiết bị nghe nhìn cho năm trăm ngôi làng ở Ấn Độ. Họ cũng đem theo Kinh Thánh ghi âm. Trước khi về, họ đã tìm được một người ở mỗi làng sẵn sàng duy trì một nhóm nhỏ lắng nghe Kinh Thánh cho người mới tin Chúa.

Họ để lại các nhóm nhỏ lắng nghe Kinh Thánh ở tại năm trăm cộng đồng như vậy. Hết thảy có khoảng 6,150 người đã nhóm lại để lắng nghe Lời Chúa mỗi tuần. Các giáo sĩ và nhiều người làm việc tại địa phương đã đến thăm định kỳ vài tháng sau đó để hỗ trợ công tác môn đồ hoá. Con số 6,150 người đó đã phát triển thành 15,000 người. Thay vì chỉ có 2 phần trăm số người thực sự tin theo Chúa, thì họ đã gia tăng đến hơn 240 phần trăm. Tỷ lệ đáp ứng lên tới hơn gấp bội. Những người tin Chúa được nhân bội, kết quả là có 350 Hội thánh mới được mở ra.

Theo nghiên cứu của các giáo sĩ cho thấy Lời Chúa thực sự làm cho người tin Chúa sống cho Chúa.

Cuối cùng, nhiều cuộc đời được biến đổi

Kinh Thánh thay đổi lương tâm của chúng ta, đánh thức chúng ta để trừ bỏ những hành vi mà chúng ta cho là giống như mọi người. Sứ đồ Phao-lô đã nói với Cơ Đốc nhân ở Rô-ma rằng: "Đừng làm theo đời này, nhưng hãy biến hoá bởi sự đổi mới của tâm thần mình, để thử cho biết ý muốn tốt lành, đẹp lòng trọn vẹn của Đức Chúa Trời là thể nào" (Rô-ma 12:2).

Morgan Jackson, là giọng nói và đại diện cho Faith Comes By Hearing, đã từng nói rằng: những Cơ Đốc nhân lắng nghe và đọc Lời Chúa trong tiếng mẹ đẻ của họ thường trừ bỏ những thói quen vô đạo đức của mình. Ngày trước, ông đã từng kể về một người đàn ông ở Guatemala nói rằng ông ta là một Cơ Đốc nhân lâu năm. Nhưng cũng giống như mấy người đàn ông khác trong Hội thánh, ông ta vẫn đánh đập vợ, không chung thuỷ với vợ, thậm chí còn say xỉn vào mỗi cuối tuần.

Khi bộ tộc của ông nghe thấy Kinh Thánh trong tiếng mẹ đẻ của họ, nhận ra những hành vi không đúng đắn của mình. Sau một thời gian, người đàn ông này và nhiều người khác trong Hội thánh đã chấm dứt lối sống bạo hành và không tin kính của họ.

Morgan nói câu chuyện ở Guatemala này đã được kể đi kể lại ở nhiều nơi trên thế giới. Một khi tấm lòng và tâm trí của chúng ta thay đổi thì bấy nhiêu cũng đủ để thôi thúc chúng ta đem Lời Chúa đến với người khác. Tuy nhiên, vẫn còn nhiều lý do thuyết phục hơn nữa.

Kinh Thánh thay đổi xã hội

Đại tá E. H. Ammerman đã có mặt trong lễ tang của cha tôi để bày tỏ sự tôn trọng của ông vào năm 2003. Tôi biết ông lần đầu tiên vào đầu những năm 1970. Sau này, ông thường đến dạy ở các trường của YWAM tại Thụy Sĩ. Đại tá Ammerman, hay còn gọi là "Jim", là một mục sư tuyên uý cho quân đội Mỹ, ông gánh vác nhu cầu thuộc linh của một trăm ngàn lính Mỹ ở khắp miền Tây Đức.

Sau lễ tang của cha, tôi ngồi lại với Jim và vợ ông là Charlene.

Jim nói: "Loren, anh nên nghe nguồn tin mới nhất về chiến dịch phân phát Kinh Thánh mà chúng tôi đã thực hiện vào năm 1972!"

Tôi hăng hái lắng nghe câu chuyện. Chiến dịch phân phát Kinh Thánh trong các doanh trại quân đội là một trong những thí dụ mạnh mẽ nhất về sự dẫn dắt và tiếp trợ của Chúa mà tôi chưa hề thấy trước đây.

Vào những năm 1970 tại Trường truyền giáo ở Thụy Sĩ, chúng tôi gặp nhau mỗi ngày để cầu thay. Đó là cách cầu thay hoàn toàn khác với những lần cầu nguyện trước đó, giống như một sự nài nỉ - dâng trình những lời cầu xin của chúng tôi cho Chúa. Trong giờ cầu thay lúc ấy, chúng tôi chờ đợi lắng nghe Chúa muốn chúng tôi cầu thay cho điều gì.

Một buổi sáng thứ Hai, chúng tôi cầu nguyện xin

Chúa: "Có điều nào ở trong tấm lòng của Chúa mà Ngài muốn chúng con cầu thay không?

Khi chúng tôi yên lặng chờ đợi, có người trong nhóm nói rằng: "Tôi nghĩ chúng ta nên cầu thay cho quân đội Mỹ đang đóng quân ở Đức".

Khi người khác xác nhận ý tưởng này, bản thân tôi nghĩ rằng: *Điều này thật thú vị!* Tôi biết vì Chiến Tranh Lạnh[2] mà hàng ngàn binh sĩ được điều động lập căn cứ quân sự Mỹ khắp nơi ở miền Tây Đức. Các đội truyền giáo của chúng tôi đã đến phục vụ ở vài căn cứ của họ. Chúng tôi biết có những vấn đề về kỷ luật, tinh thần và nghiện ma tuý. Họ thực sự cần được cầu thay.

"Chúa muốn chúng ta làm điều đó!"

Chúng tôi bắt đầu cầu nguyện trước hết cho các binh sĩ để họ tiếp nhận Phúc âm. Sau đó, chúng tôi cầu nguyện để có một người đem Kinh Thánh đến các doanh trại. Một người khác trong nhóm nói rằng: "Tôi tin rằng Chúa muốn ai đó đem một trăm ngàn quyển Kinh Thánh đến doanh trại quân đội Mỹ".

Bây giờ, chúng tôi đã có được mục tiêu thực tế có thể đạt được.

Chúng tôi cảm thấy hăng hái hơn khi tiếp tục cầu nguyện. Chúng tôi biết chắc rằng Chúa muốn chúng tôi dự phần vào.

Tên của Tiến sĩ Kenneth Taylor, nhà biên soạn quyển

The Living Bible, xuất hiện trong tâm trí tôi. Tôi nghĩ anh bạn Brother Andrew chắc phải biết người này. Nổi tiếng với biệt danh "Người vận chuyển của Đức Chúa Trời", Andrew đã đem hơn một triệu quyển Kinh Thánh đến những nơi vô cùng khó khăn.

Sau khi buổi cầu nguyện kết thúc, tôi gọi điện cho Andrew đang ở Hà-lan để hỏi liên hệ với Tiến sĩ Taylor. Ông nói rằng: "Hãy đến nhà tôi! Tiến sĩ Taylor sẽ qua thăm chúng tôi vào thứ Bảy này".

Tuy nhiên, Andrew đã gọi lại vào chiều ngày ấy. "Xin lỗi Loren, Tiến sĩ Taylor đã trở về Chicago vì việc khẩn vào ngày mai".

Ông đưa cho tôi số điện thoại của Tiến sĩ Taylor đang ở Athens, Hy-lạp. Tôi gọi và được ông đồng ý gặp vào ngày hôm sau tại sân bay Frankfurt, cả hai chúng tôi chỉ có khoảng hai giờ đồng hồ trước khi lên máy bay.

"Làm thế nào anh có được con số này?"

Hãy nhớ là buổi cầu nguyện của chúng tôi ở Thụy Sĩ xảy ra vào thứ Hai. Ngày hôm sau, tôi gặp Tiến sĩ Taylor. Tôi nói với ông cách Chúa hướng dẫn chúng tôi cầu nguyện cho các binh đoàn ở Đức và ý tưởng tặng một trăm ngàn quyển Kinh Thánh cho binh sĩ Mỹ.

"Làm thế nào anh có được con số này?" ông hỏi.

Tôi nói Chúa đã bày tỏ trong tâm trí chúng tôi.

Sau vài câu hỏi, Tiến sĩ Taylor nói: "Tôi mới vừa có

một trăm ngàn quyển The Living Bible sau chiến dịch truyền giảng của Billy Graham". Ông nói sẽ chuyển cho chúng tôi. Nhưng ông nói đã phải tốn sáu đô-la để in mỗi quyển Kinh Thánh đó.

Chúng tôi, ở trong YWAM, nhận được 600,000 đô-la sau chín mươi phút cầu nguyện, gọi vài cuộc điện thoại, rồi đi thật nhanh từ Lausanne tới Frankfurt.

Tiến sĩ Taylor nói rằng chúng tôi phải trả tiền để chuyển số Kinh Thánh này từ thành phố Chicago đến nước Đức. Tôi biết đó là những chuyến hàng cồng kềnh và rất nặng. Chúng tôi cần một sự may mắn nào đó. Nhưng tôi nói: "Vâng, tất nhiên rồi!" Chúa vẫn ở cùng chúng tôi cho đến bây giờ, nên chúng tôi vẫn tiếp tục tin cậy Ngài.

Cùng ngày hôm đó, tôi gọi Đại tá Ammerman, hiện đang sống ở Frankfurt. Tôi chia sẻ khải tượng với ông và kể ông nghe buổi cầu nguyện của chúng tôi tại Lausanne cùng sự tiếp trợ kỳ diệu của Đức Chúa Trời.

"Chúng tôi sẽ chuyển mấy chiếc xe tải màu xanh cho các anh dùng"

Đại tá Ammerman nói: "Anh gọi đúng lúc lắm đấy, Loren à! Ngày mai, tất cả sĩ quan cấp cao sẽ gặp nhau tại Frankfurt. Họ mời tôi chia sẻ phần tĩnh nguyện".

Ông nói chẳng có ai trong số các sĩ quan này tin Chúa cả. Rồi ông hỏi tôi có thể thay ông chia sẻ với họ được không. "Trước tiên, hãy chia sẻ về Chúa với họ nhé Loren. Rồi sau đó chia sẻ khải tượng tặng Kinh Thánh cho tất cả binh sĩ".

Vào ngày thứ Tư, đúng hai ngày sau buổi cầu nguyện, tôi đã chia sẻ trong buổi họp các sĩ quan cấp cao. Tôi kết thúc bằng kế hoạch phát tặng quyển The Living Bible cho tất cả binh sĩ.

Vị tướng cấp cao nhất đồng ý giúp đỡ. "Chúng tôi sẽ chuyển mấy chiếc xe tải màu xanh cho các anh dùng!"

Không lâu sau, các binh sĩ khuân vác những kiện hàng đồ sộ từ Illinois và chuyển tất cả lên tàu và máy bay. Lực lượng không quân, hải quân và bộ binh đã chuyển số Kinh Thánh đến tất cả doanh trại quân đội Mỹ ở nước Đức.

Các tình nguyện viên của YWAM, đến từ nhiều quốc gia khác nhau, đã được phép đi vào các doanh trại và phát tặng một trăm ngàn quyển Kinh Thánh.

Điều này không dừng lại tại đó. Một Cơ Đốc nhân điều phối lĩnh vực thông tin đại chúng ở Ngũ Giác Đài đã truyền lệnh đọc Kinh Thánh qua hệ thống liên lạc tại các phòng ăn tập thể ở mỗi doanh trại vào bữa sáng, bữa trưa và bữa tối. Họ đã làm điều này trong suốt thời gian phân phát Kinh Thánh.

Từ không người tin Chúa đến rất nhiều người

Giờ đây, đúng ba mươi mốt năm sau tại lễ tang của cha tôi, Đại tá Ammerman kể lại sự kiện phát tặng Kinh Thánh đã dẫn đến những thay đổi trong vai trò lãnh đạo của quân đội như thế nào. "Khi tôi trở thành mục sư tuyên uý trưởng, chúng tôi chuyển bảng câu hỏi cho các sĩ quan Mỹ ở khắp thế giới, từ cấp tá đến cấp tướng. Chúng tôi hỏi họ rằng: "Anh có biết Chúa Jêsus một cách cá nhân chưa?" Hầu như không có sĩ quan nào đặt niềm tin nơi Chúa Jêsus. Đó là trước năm 1972. Chúng tôi vừa gửi đi bảng câu hỏi lần nữa vào năm 2002 đến tất cả thiếu tá, đai tá và đại tướng. Điều ngạc nhiên là tỷ lệ phần trăm các sĩ quan trả lời đã tiếp nhận Chúa Jêsus một cách cá nhân đã thay đổi". Đại tá Ammerman nhìn thẳng vào mắt tôi. "Loren à, khi chúng tôi chăm sóc những người này, đa số nói rằng họ đã tin Chúa hồi còn ở nước Đức vào những năm 1970, đó là lúc Kinh Thánh được phát ra".

Điều này có thể xảy ra lần nữa, nhưng mà ở mỗi lĩnh vực trong xã hội. Chúng ta phải cầu nguyện, lắng nghe ý tưởng từ Chúa, rồi bước đi bằng đức tin.

CHƯƠNG 4
KINH THÁNH VÀ NHỮNG THAY ĐỔI CHẤN ĐỘNG

Vào mùa hè năm 2014, tôi đứng ngoài lâu đài u ám Wartburg ở nước Đức. Tôi đang ở cùng với một đoàn giáo sĩ YWAM, gồm có Suse Schemell, lãnh đạo của chúng tôi ở Bad Blankenburg. Cô ấy chỉ ngón tay về một thành luỹ chỉ với một cửa sổ có ánh sáng đèn. Suse nói rằng đó là căn phòng chật hẹp mà Martin Luther đã dịch Kinh Thánh sang tiếng Đức.

Ông đã trốn vào trong lâu đài này vì các nhà cầm quyền lúc bấy giờ muốn giết ông. Tại đó, ông phải trải qua những ngày suy sụp. Tuy nhiên, Luther nói rằng ông "đã chiến đấu với quỷ dữ bằng mực". Ông đã dịch xong Tân Ước vào tuần thứ mười một – đó là một kỷ lục!

Kinh Thánh đã được ông dịch ra tiếng mẹ đẻ của người dân mang lại sự thay đổi ngoạn mục ở Tây Âu. Không lâu sau, nhiều người khác đã dịch xong trọn vẹn Lời Chúa sang mười chín ngôn ngữ khác nhau ở Châu

Âu. Theo như triết gia người Ấn-độ tên là Vishal Mangalwadi, thì những quyển Kinh Thánh này đã hình thành nên thế giới và là linh hồn của nền văn minh phương Tây.[1]

Tôi đồng ý với Vishal là bạn của tôi.

Vì Gutenberg đã phát minh ra máy in ở Châu Âu, nên Kinh Thánh bị rớt giá.

Vì bản dịch mới rẻ tiền này được thịnh hành hơn trong tiếng mẹ đẻ, nên mọi người muốn đọc chữ.

Vì cớ đó nên nhiều cộng đồng mở ra các trường học.

Vì kiến thức gia tăng, nên nhiều cá nhân phát minh ra kỹ thuật để tạo nên một cơ sở thương mại tốt hơn. Nhiều ý tưởng và thông tin mới lạ lan rộng khắp nơi, giúp cũng cố thành phần trung lưu và mở ra nhiều cơ hội cho tương lai.

Bản chất và Lời của Đức Chúa Trời

Nhiều người nghĩ khoa học và niềm tin nơi Chúa không thể cùng tồn tại. Tuy nhiên, đối với Vishal Mangalwadi thì những nhà tiên phong trong lĩnh vực khoa học hiện đại lại lệ thuộc vào hai trụ cột của chân lý đó là: bản chất và Lời của Đức Chúa Trời.[2] Hầu hết những người tiên phong lĩnh vực khoa học đều đặt lòng tin vào Lời Chúa.

Ngài Francis Bacon và Galileo Galilei, nổi tiếng là những cha đẻ của nền khoa học hiện đại, họ là những người tin Chúa sốt sắng. Nicolaus Copernicus, Johannes Kepler và Isaac Newton cũng vậy.[3]

Nhà khoa học René Descartes, một nhà toán học, khoa học và triết học người Pháp, đã tìm cách chứng minh "sự tồn tại chắc chắn của Đức Chúa Trời – chỉ khi nào có Đức Chúa Trời tồn tại và Ngài không muốn chúng ta bị lừa dối bởi kinh nghiệm của chúng ta, thì chúng ta mới có thể tin cậy vào các giác quan và suy nghĩ lô-gíc của mình".[4]

Ngày hôm nay cũng vậy, một số lượng lớn các nhà khoa học đang đặt niềm tin vào Kinh Thánh. Một nghiên cứu mới đây cho thấy có khoảng mười triệu trong số mười hai triệu nhà khoa học người Mỹ xưng mình là những người "Tin lành".[5]

Đức tin đúng với Kinh Thánh tạo nên nghệ thuật vĩ đại

Nghệ thuật cũng được thăng hoa khi càng có nhiều người đọc Kinh Thánh. Nhiều câu chuyện trong Lời Chúa đã truyền cảm hứng cho vài người có tài mà thế giới chưa từng nghe đến danh của họ. Dù bạn đang ngắm nhìn trần nhà thờ Sistine là tác phẩm của Michelangelo hay bức tự hoạ chính mình của Rembrandt đang giúp đóng đinh Chúa Jêsus, hay là chiêm ngưỡng những gương mặt và tư thế của các môn đồ trong tác phẩm Bữa tiệc cuối cùng của

Leonardo da Vinci, thì bạn đang nhìn thấy kết quả của đức tin và sự tận hiến.

Kinh Thánh cũng dẫn chúng ta đến với âm nhạc đỉnh cao. Một nhà soạn nhạc nhiệt thành tên là George Frideric Handel đã sáng tác toàn bộ bản nhạc Messiah dựa vào các phần Kinh Thánh ký thuật lại về Chúa Jêsus. Khi Handel hoàn thành "Điệp khúc Hallelujah", ông nói rằng: "Tôi nghĩ đã nhìn thấy cả thiên đàng và chính Đức Chúa Trời vĩ đại ở trước mặt mình".[6]

Handel đã đối diện với sự chống đối ác liệt. Tín ngưỡng bị coi là sỉ nhục khi Lời Chúa bị đem ra trước nhà hát. Ông đã biểu diễn bản giao hưởng một lần duy nhất tại một nhà thờ - Bristol Catheral. John Wesley đã đến dự buổi tối ấy và nói rằng: "Tôi chưa hề thấy một hội chúng nào đến nghe giảng có được sự nghiêm túc bằng những người đến xem buổi biểu diễn ấy".[7]

Johann Sebastian Bach cũng là một Cơ Đốc nhân tin kính. Ông đã ký tên vào mỗi bản nhạc mấy chữ "S.D.G", nghĩa là Soli Deo Gloria – "Vì vinh hiển của Đức Chúa Trời"

Những chẤn Động làm thay đổi "chức thầy tế lễ của ngươời tin Chúa"

Những thay đổi đáng kể xảy ra khi mọi người đọc Kinh Thánh. Các nhà Cải Chánh, bắt đầu từ Luther, đã nhấn mạnh vai trò "thầy tế lễ của hết thảy những ai tin

Chúa".[8] Tất nhiên, ông đã tìm thấy sự dạy dỗ này ở nhiều chỗ trong Kinh Thánh. Chúa muốn dân sự của Ngài là một dân tộc giữ chức thầy tế lễ.[9] Theo như Martin Luther, thì điều này có nghĩa là mỗi người đều có sự kêu gọi. Không hề có sự tách biệt giữa thiêng liêng và thế tục. Cho dù phục vụ với vai trò là mục sư trọn thời gian hay chăn bò, ai cũng phải thấy công việc của mình là thiêng liêng.

Vậy thì, nếu Đức Chúa Trời đã phán rằng tất cả Cơ Đốc nhân đều là những thầy tế lễ, thì họ nên biết đọc. Việc biết đọc biết viết và vấn đề giáo dục đã phát triển ở Tây Âu, không chỉ ở tầng lớp ưu tú hay đặc biệt, mà là ở mọi tầng lớp. Đó là lý do chủ yếu khiến phương Tây vẫn còn dẫn đầu thế giới về lĩnh vực giáo dục cho đến ngày hôm nay, tức là năm trăm năm sau.

Sự sáng tạo, sự xuất sắc và sự chính trực tại thương trường đã phát triển từ ý tưởng làm mọi việc như làm cho Chúa. Chính điều đó đã khai sinh ra nền kinh tế hiện đại của chúng ta, cùng với hệ thống chính quyền dân chủ. Nếu hết thảy chúng ta đều bình đẳng trước mặt Chúa và biết mình phải chịu trách nhiệm với Ngài, thì chúng ta phải có những nhà lãnh đạo dám giải trình. Không ai có quyền hơn luật pháp. Mọi người đều có giá trị vì chúng ta được tạo nên theo ảnh tượng của Đức Chúa Trời.

Có người nói rằng sự tự do dân chủ bắt đầu sớm hơn mới phải. Đúng vậy, trong thế giới Hy-lạp cổ đại, vài người ưu tú trong xã hội đã có quyền bỏ phiếu bầu.

Điều này cũng xảy ra khi đức vua John cai trị ở nước Anh đã ép ký vào bản hiến chương Magna Carta. Chỉ có tầng lớp ưu tú mới được quyền bỏ phiếu bầu. Sự kiện này xảy ra vào năm 1215 đã đâm chồi cho sự tự do lớn lên. Sau phong trào Cải Chánh thì sự tự do đã nở rộ thành bông hoa xinh đẹp.

Tất cả xuất phát từ căn phòng chật hẹp ở lâu đài Wartburg

Tôi không thường xuyên cảm thấy mình là người Mỹ. Chức vụ quốc tế của YWAM đang có nhân sự sinh sống tại 191 quốc gia. Các bạn đồng lao của tôi làm việc trọn thời gian ở hơn hai trăm đất nước. Làm việc với các đội cừ khôi này khiến tôi cảm thấy là cư dân của thế giới hơn là của nước Mỹ.

Tuy nhiên, tôi sinh ra ở Mỹ. Đất nước của tôi được nổi bật trên thế giới vì khởi đầu của nó. Các nhà lập quốc đã khai sinh đất nước này từ Kinh Thánh.

Những người theo chủ nghĩa thế tục và các nhà vô thần đã cố gắng xoá bỏ nền tảng Cơ Đốc của nước Mỹ.[10] Tuy nhiên, vào cuối thế kỷ mười chín, Toà án Tối cao ở Mỹ đã phát động một cuộc nghiên cứu mười năm hàng trăm tài liệu của các nhà lập quốc. Họ tìm kiếm triết lý vượt trội nào đã dẫn đến cuộc Cách mạng Mỹ. Toà án tuyên bố rằng: "[Nước Mỹ là] một quốc gia Cơ

Đốc, còn giá trị đạo đức của cả nước được thấm nhuần Cơ Đốc giáo".[11]

Một nghiên cứu mới đây về năm mươi ngàn tài liệu của năm mươi lăm trước giả trong Hiến pháp Mỹ đã khám phá ra 34 phần trăm những câu trích dẫn của họ đều xuất phát từ Kinh Thánh. Khoảng 60 phần trăm còn lại xuất phát từ những tác giả đã dùng Kinh Thánh hình thành nên các kết luận của họ. Như vậy, 94 phần trăm những lời trích dẫn của các nhà lập quốc đều đến từ Kinh Thánh dù là trực tiếp hay gián tiếp.[12]

Cấu trúc của Hiến pháp Mỹ đã thấm nhuần Lời Chúa. Các ý tưởng về nền dân chủ phần nào dựa vào sự nhấn mạnh của Martin Luther về vai trò thầy tế lễ của người tin Chúa.

Các nhà lập quốc có những khiếm khuyết nào chăng? Có. Thí dụ, vài người theo chủ nghĩa bãi nô đã chống lại tình trạng nô lệ. Nhưng lại thoả hiệp những lý lẽ của họ để đem các thuộc địa ở miền Nam trở thành quốc gia mới, các thuộc địa này có nền kinh tế lệ thuộc vào tình trạng nô lệ.

Tuy nhiên, vài thập kỷ sau, người Mỹ rơi vào một cuộc chiến vì sự chểnh mảng này của họ. Khoảng 2 phần trăm người Mỹ – 620,000 người – đã chết trong cuộc chiến giành quyền tự do cho người nô lệ.[13]

Đó là lần duy nhất trong lịch sử mà một quốc gia phải dẫn tới chiến tranh để kết thúc tình trạng nô lệ. Nước Mỹ không phải là thí dụ về một đất nước có nền tảng Cơ Đốc.

Còn nhiều đất nước khác nữa có các nhóm thiểu số đã học và làm theo Lời Chúa. Các nhóm thiểu số này đã cải thiện xã hội, chính thể và kinh tế cho quốc gia của họ.[14]

Bạn có thể nói rằng những sự biến đổi xảy ra – xã hội, kinh tế, giáo dục, nghệ thuật, âm nhạc và nền dân chủ - đã xuất phát từ căn phòng chật hẹp ở lâu đài Wartburg. Đó là nơi một thầy tu đã dịch Kinh Thánh sang tiếng mẹ đẻ cho dân tộc mình một cách thầm lặng.

CHƯƠNG 5
CHÚNG TA CÓ THỂ LÀM ĐƯỢC

Đem Kinh Thánh đến từng hộ gia đình trên hành tinh này là một thách thức lớn. Nhưng chúng ta, là thân thể của Đấng Christ, có thể làm điều này với sự vùa giúp của Chúa. Với Đức Chúa Trời mọi sự đều được cả. Ngài đã bày tỏ với chúng ta ba cách cho thấy chính Ngài hậu thuẫn cho nỗ lực này, thúc đẩy chúng ta tiến tới mục tiêu. Dấu hiệu đầu tiên là sự hiệp một chưa hề thấy trong thân thể của Đấng Christ.

Hai vị Giáo hoàng và một Tổng giám mục

Thân thể của Đấng Christ đã bị chia cắt gần một ngàn năm, sau sự ly giáo giữa Chính Thống Giáo và Công Giáo.[1] Nó lại bị chia cắt thêm lần nữa trong suốt năm trăm năm thời kỳ Cải Chánh. Tô biết vài người thấy khó tin vì những tổn thương sâu nặng, nhưng hôm nay Chúa đang sửa ngay lại nhiều thế kỷ chia rẽ giữa vòng những người tin theo Ngài.

Gần đây, David Hamilton, vợ tôi là Darlene, cùng tôi đi gặp mười lãnh đạo quan trọng trong vòng mười ngày. Chúng tôi đã thấy vài điều Đức Chúa Trời đang hành động để đem Cơ Đốc nhân lại với nhau.

Nó bắt đầu khi tôi đang cầu nguyện về việc chấm dứt nạn đói Kinh Thánh. Trong đầu tôi nhớ tới Giăng 10:1 chép rằng: "Quả thật, quả thật, ta nói cùng các ngươi, kẻ nào chẳng bởi cửa mà vào chuồng chiên, nhưng trèo vào từ nơi khác, thì người đó là trộm cướp". Tôi xem câu Kinh Thánh này là sự chỉ dẫn của Chúa cho những bước đầu tiên để chấm dứt nạn đói Kinh Thánh. Chúng tôi cần sự chúc phước của các lãnh đạo Cơ Đốc trong nỗ lực này, như thế là "bởi cửa mà vào chuồng chiên" chứ không phải trèo vào từ nơi khác.

Chúng tôi quyết định tìm gặp các lãnh đạo từ nhiều khía cạnh trong Cơ Đốc giáo – Chính Thống giáo, Anh giáo, Thiên Chúa giáo và rất nhiều lãnh đạo Tin lành. Chúng tôi biết mình có những kết nối quan trọng với những lãnh đạo này thông qua nhân sự YWAM. Chúng tôi đã liên hệ các cộng sự của mình, trong vòng một hay hai ngày chúng tôi đã có được những cuộc hẹn với vị Giáo hoàng Tawadros II của Hội thánh Chính Thống giáo Coptic; Justin Welby, vị Tổng giám mục của Canterbury và đại diện lãnh đạo của Anh giáo và Tân giáo ở khắp nơi trên thế giới; vị Giáo

hoàng Francis, là lãnh đạo của 1,2 tỷ người Thiên
Chúa giáo.

Chúng tôi cũng gặp gỡ rất nhiều lãnh đạo Tin lành,
như các nhà sáng lập của Khoá học Alpha, Nicky và
Pippa Gumbel. Chúng tôi đã chia sẻ với các lãnh đạo
của rất nhiều Kinh Thánh Hội và các mục sư Hội thánh
lớn như Rick Warren. Trong vòng mười ngày, chúng tôi
có được những cuộc hẹn với mười lãnh đạo quan trọng
trên ba lục địa, mong họ chúc phước cho nỗ lực chấm
dứt nạn đói Kinh Thánh ngày nay.

Tôi đã tiếp tục kể từ đó, tìm kiếm các lãnh đạo mục
vụ và mong họ chúc phước cho nỗ lực chấm dứt nạn
đói Kinh Thánh này.

Bàn 71

Nhiều thập kỷ trước, Chúa đã bắt đầu thôi thúc các
nhóm giáo sĩ làm việc cùng nhau để hoàn thành Đại
Mạng Lệnh.[2] Vào năm 1974, Tiến sĩ Billy Graham đã kêu
gọi Cơ Đốc nhân tập hợp lại vì mục đích này. Hội nghị
Truyền giáo Toàn cầu đầu tiên diễn ra tại Lausanne vào
năm đó. Tôi được vinh dự chia sẻ tại một phiên họp
ngắn.

Nhiều năm sau đó, Tổ chức Truyền giáo Billy
Graham đã triệu tập nhiều cuộc họp khác, mời lãnh đạo
các tổ chức truyền giáo lớn nhỏ đến. Hội nghị
Amsterdam 2000 là một trong số đó. Hàng ngàn lãnh

đạo từ khắp nơi trên thế giới đến dự. Những người tổ chức hội nghị mời hàng trăm ngàn người đến với nhau thành các nhóm nhỏ. Họ muốn quyết định cần phải làm gì để hoàn thành Đại Mạng Lệnh. Vài người từ YWAM cũng có mặt trong số đó.

Vài ngày sau, các đại diện từ nhiều phong trào giáo sĩ ngồi vào bàn bảy mươi lăm để bàn bạc với nhau làm thế nào để hoàn tất công tác mà Chúa Jêsus để lại cho chúng ta. Nhiều thành viên thuộc các tổ chức truyền giáo lớn ngồi vào bàn 71.

Ngay từ đầu, Paul Eshleman là nhà sáng lập Dự án phim Chúa Jêsus đã thách thức mọi người hướng đến các nhóm dân tộc chưa được vươn đến. Bruce Wilkinson là tác giả quyển sách *The Prayer of Jabez* đã đứng dậy nói rằng: "Thực tế về các nhóm dân tộc chưa được vươn đến có nghĩa là chúng ta không làm tốt bổn phận của mình!" Ông nói tiếp rằng lãnh đạo các tổ chức giáo sĩ Cơ Đốc chiếm ưu thế hiện đang ở trong khán phòng này. "Chúng ta có thể quyết định ngày hôm nay nếu chúng ta muốn thực hiện điều này".

Họ khóc lóc bước tới phía trước

Mark Anderson là một trong những người YWAM có mặt ở đó. Ông nói nhiều cảm xúc dâng trào xung quanh các bàn thảo luận, đặc biệt là khi họ nhận ra Chúa đã ban cho họ mọi sự để hoàn thành công cuộc truyền giáo thế giới.

Vào ngày thứ ba, Eshleman đứng dậy và thúc giục người tham dự đến ngẫu nhiên với một người khác trong khán phòng. "Hãy đến cùng nhau và quyết định điều Chúa muốn quý vị làm. Sau đó, hãy đến bắt tay tôi rồi cho tôi biết quý vị sẽ cưu mang nhóm dân tộc nào". Có tới hàng trăm nhóm dân tộc chưa được vươn đến, các *ethnē* chưa được vươn tới có dân số ít nhất là một trăm ngàn người.

Mọi người bắt đầu tiến đến Eshleman, chọn ra một, hai, hoặc ba nhóm dân tộc. Đức Thánh Linh đang thúc giục họ. Vài người tiến tới trong nước mắt và ôm lấy nhau. Điều gì đó đang được mở ra ở trên trời.

Số lượng các nhóm dân tộc được cưu mang là khoảng 140 – *ethnē* sắp sửa được nghe về Danh Chúa Jêsus lần đầu tiên!

Sau đó, mọi người không tiến lên phía trước nữa.

Cả khán phòng liền yên lặng. Sự thất vọng ngập tràn bầu không khí. Ai sẽ vươn tới các nhóm dân tộc còn lại?

Chúng ta có thể đi vào, nhưng không thể đi ra

Mark Anderson đang ngồi tại bàn 71 cùng với Steve Douglass của Cru.[3] Steve nghiêng qua nói: "Tại sao hai tổ chức của chúng ta – YWAM và Cru – không cùng nhau cưu mang số dân tộc còn lại?" Đó là một cam kết đầy bất ngờ. Các nhóm dân tộc còn lại đều đang hiện hữu ở những nơi nguy hiểm nhất thế giới. Chúng ta có thể đi vào, nhưng không thể đi ra. Dầu vậy, cả hai nhóm này đã đồng ý cưu mang số dân tộc còn lại.

Tất cả ngồi tại bàn 71 bắt đầu ra chiến lược, mọi quyết định đều dựa vào những yếu tố cơ bản của công tác truyền giáo – mở mang Hội thánh, môn đồ hoá, dịch và phân phát Kinh Thánh. Bàn đến phần nào, họ liền nghĩ tới người phù hợp nên ngồi vào bàn. Họ cần có Kinh Thánh, nên họ gọi Roy Peterson đến. Ông ta là người đứng đầu tổ chức Wycliffe vào lúc bấy giờ. Họ cần những người đi ra mở mang Hội thánh. Thế là họ hỏi Avery Willis từ Báp-tít Nam Phương đến dự phần.

Mục tiêu: số không

Cuối cùng, họ viết ra một bảng giao ước để hướng tới số không, nghĩa là vào một ngày không xa nào đó sẽ không còn các nhóm dân tộc chưa được vươn đến. Nếu họ tìm có tìm khắp thế giới đi nữa, thì không ai có thể tìm ra một nhóm dân tộc chưa nghe về Phúc âm.

Mỗi lãnh đạo ký vào bảng giao ước này.

Cả bàn quyết định gọi nhau là "Bàn 71". Khi buổi họp tiếp tục ở Amsterdam, các giáo sĩ kỳ cựu này đã làm việc ngoài giờ. Họ gặp nhau lúc nghỉ giải lao. Họ làm việc từ sớm đến muộn. Rồi tiếp tục gặp nhau ngay cả khi hội nghị đã kết thúc.

Bây giờ, Bàn 71 thường gặp nhau vài lần một năm để cầu nguyện và lập kế hoạch. Họ đã mời nhiều người khác tham dự cùng họ, đó là những người giỏi chuyên trách các phần việc cụ thể trong công tác. Bàn 71 được hình thành với mười bảy tổ chức truyền giáo, vài người đến từ các tổ chức truyền giáo lớn, bao gồm cả YWAM. Đóng góp của chúng ta là hàng ngàn người trẻ nhiệt thành được sai đi nơi tiền tuyến.

Tôi có được vinh dự ngồi với Bàn 71 này vài lần, đặc biệt là khi họ gặp nhau tại Trường Đại Học Các Dân Tộc ở Kona. Họ khích lệ nhau, chia sẻ dữ liệu, giúp đỡ tài chính từ tổ chức này cho tổ chức kia, rồi cam kết dấn thân vào những khía cạnh khác nhau để hoàn thành Đại Mạng Lệnh.

Họ đã làm việc bền bỉ. Suốt mười năm đầu tiên, Bàn 71 đã thúc đẩy các phong trào truyền giáo mở mang Hội thánh. Khi viết quyển sách này, YWAM và các phong trào thân cận đã mở ra mười bốn ngàn Hội thánh mới. Các mục sư đã làm báp-tem cho hơn một trăm ngàn người. Nhiều hội chúng như thế đã gửi đi các giáo sĩ của họ đến với các dân tộc chưa được vươn đến.

Các thành viên của Bàn 71 đã trở thành bạn thân của nhau, đó là bằng chứng của sự hiệp một trong Chúa. Đức Thánh Linh được tự do hành động khi chúng ta có sự hiệp một (Thi Thiên 133:1-2). Ngài thêm sức để chúng ta hoàn thành công tác vĩ đại nhất lịch sử.

Các mục vụ có chiến lược đã dự phần vào hàng ngũ những người cam kết thực thi mạng lệnh cuối cùng của Chúa Jêsus. Thí dụ, hơn một ngàn hai trăm lãnh đạo các tổ chức truyền giáo và hệ phái đang gặp nhau tại các hội nghị call2all ở khắp nơi trên thế giới. Mục đích gặp nhau là để hợp tác và tập chú vào việc hoàn thành Đại Mạng Lệnh.

CHƯƠNG 6
PHƯƠNG TIỆN KỸ THUẬT ĐẨY MẠNH LỜI CHÚA

Chúng ta đã thấy cách đầu tiên mà Đức Chúa Trời đang giúp chúng ta lan truyền Lời của Ngài là qua sự hiệp một chưa hề xảy ra trước đây trong thân thể của Đấng Christ. Cách thứ hai là qua phương tiện kỹ thuật. Có lẽ bạn không thích phương tiện kỹ thuật, hoặc là bạn cảm thấy khó thích nghi với nó. Nhưng hết thảy chúng ta cần phải cảm tạ Chúa vì những cải tiến tuyệt vời này và dự phần trong việc sử dụng những công cụ đó. Mạng internet đã bị lợi dụng vào những việc kinh khủng như truyền bá văn phẩm đồi trụy, buôn bán mại dâm và khủng bố. Nhưng tôi tin chắc rằng Chúa đã cho phép những cải tiến kỹ thuật xảy ra vì chúng có tiềm năng lan rộng Phúc âm đi khắp thế giới.

Để tôi kể cho bạn nghe câu chuyện từ Nepal. Một trong những lãnh đạo tài ba của đất nước này tên là Dilli. Ông là một tu sĩ Bà-la-môn đang học để trở thành một tu sĩ Ấn Độ giáo. Nhưng ông gặp gỡ Chúa Jêsus rồi tham gia YWAM. Vài năm sau kh Dilli nghe được sứ điệp về chấm dứt nạn đói Kinh Thánh của tôi, ông ta đi thẳng tới chỗ làm. Ông lên kế hoạch đem Lời Chúa đến với từng nhà trong đất nước của mình.

Dax Fears, cùng với một vài người trẻ từ trường đại học ở Kona của chúng tôi, đã cùng thực hiện kế hoạch của Dilli. Họ bắt đầu lập chiến lược làm thế nào để chấm dứt nạn đói Kinh Thánh ở Nepal, tất cả tập trung lại vào tháng 9 năm 2015. Lúc bấy giờ, Dilli lãnh đạo hội liên hiệp các mục sư phi hệ phái ở Nepal. Các vị mục sư này nghe được thông điệp chấm dứt nạn đói Kinh Thánh cũng muốn dự phần vào.

Dilli và Jeremy,[1] một lãnh đạo nhóm truyền giáo, đã chỉ định đội đến từ YWAM Kona đến vài khu vực ở Nepal. Dax và chín người trẻ khác bay đến khu vực hẻo lánh ở trên cao thuộc dãy Himalaya, họ hạ cánh xuống một bãi đáp gập ghềnh. Từ đó, cả đội đi leo núi nhiều ngày.

Họ đang trên đường tiến thẳng tới một khu vực nghèo khổ mà ngay cả người địa phương cũng phải nói là hẻo lánh. Ngôi làng đầu tiên nằm ở độ cao khoảng 3,657 mét. Dầu vậy, cả đội gồm có mười người giáo sĩ trẻ đã mang theo một trăm quyển Kinh Thánh trong mỗi ba-lô của họ, chưa kể đồ đạc và thức ăn. Làm thế nào họ có thể thực hiện được điều này ở độ cao như thế? Ấy là nhờ có phương tiện kỹ thuật.

Cả đội mang theo thẻ nhớ SD với kích cỡ bằng một

đầu móng tay của bạn. Mỗi thẻ có chứa phim Chúa Jêsus và Kinh Thánh ghi âm tiếng Nepal có thể nằm vừa vặn trong máy điện thoại thông minh của bạn. Cả đội còn mang theo khoảng bốn mươi quyển Kinh Thánh bằng giấy cho người nào biết đọc. Bởi vì theo khảo sát của nhà nước cũng như qua công tác của Dilli và các mục sư người Nepal, họ biết số lượng hộ gia đình và số người mù chữ của ba ngôi làng nằm trong kế hoạch mục tiêu của họ.

Điện thoại thông minh ở độ cao 3,657 mét

Ở ngôi làng đầu tiên bên kia đỉnh núi, có một phụ nữ ra chào đón họ. Gương mặt đầy sương gió cho thấy cuộc sống của người phụ nữ này đã phải vất vả nhiều, nhưng giọng nói của bà lại rất ấm áp và thân thiện: "Jaimasi!" bà ấy chào. Cả đội ngay lập tức nhận ra bà ấy là một Cơ Đốc nhân vì lời chào không phải là "namaste!", lời chào phổ thông của người Ấn Độ giáo.

Khi Jeremy, là người thông thạo tiếng Nepal, giải thích vì sao họ đến đây, bà ấy cười toét miệng và mời mọi người vào nhà.

Cả đội đi vào, Dax nhìn xung quanh. Cái lò bằng gỗ chưa đóng cửa lại trong nhà giải thích cho những vết xám đen trên tường và trần nhà. Bà ấy bỏ vào thêm mấy khúc củi để chụm lửa, rồi đặt mấy cái nồi lên trên lò để nấu bữa tối.

Sau đó, khi họ ăn cơm và đậu xong, Jeremy hỏi thăm bà ấy có quyển Kinh Thánh nào không. Bà ấy lấy ra một quyển sách cổ và đưa cho một người trong đội xem. Jeremy biết rằng bà ấy không biết chữ.

Bà ấy nói: "Tôi chỉ được nghe Kinh Thánh mỗi khi đứa con gái đến chơi. Nó không tới thăm thường xuyên được vì phải đi làm ở thành phố".

Họ đưa cho bà một thiết bị có Kinh Thánh ghi âm ở trong đó. Khi bà nghe được Lời Chúa trong tiếng mẹ đẻ của mình thì đôi mắt bà mở to ra và rưng rưng những giọt nước mắt. Đó là món quà quý giá nhất mà họ có thể tặng bà.

Cả đội đi được ba ngôi làng trong vòng bốn ngày thật nhanh. Một vài người khiến họ đi chậm lại. Nhưng đa số mọi người đều hớn hở tiếp nhận Kinh Thánh.

Mỗi ba phút có ba mươi mốt quyển Kinh Thánh

Ngày hôm nay, có rất nhiều đội YWAM đến đất nước Nepal mỗi năm, bao gồm hai mươi đội hay nhiều hơn nữa từ Kona. Một trong số các đội của chúng tôi đã phải leo núi hơn 160 ki-lô-mét cả đi lẫn về để vươn tới một ngôi làng hẻo lánh nào đó.

Các tình nguyện viên này đang làm việc cùng với Dilli và các mục sư địa phương. Họ sử dụng các khảo sát của nhà nước để xác định tỷ lệ mù chữ và số hộ gia đình tại mỗi khu vực. Sau đó, họ cẩn thận theo dõi tiến độ của mình.

Để đảm bảo cho cung ứng đủ Kinh Thánh bản ghi âm, YWAM Kona đã mua một thiết bị sao chép dữ liệu vào thẻ nhớ SD. Mỗi thẻ nhớ chứa được một Kinh Thánh bản ghi âm và phim Chúa Jêsus. Thiết bị này có thể sản xuất mỗi ba phút được ba mươi mốt "quyển Kinh Thánh tí hon" này.

Những cái tiến kỹ thuật giúp chấm dứt nạn đói Kinh Thánh

Thẻ nhớ SD chỉ là một thí dụ về kỹ thuật mà Chúa đang dùng để đẩy mạnh công tác này. Còn nhiều thiết bị kỹ thuật khác nữa:

- Hàng triệu người có thể tải Kinh Thánh ở các quốc gia đóng cửa với Phúc âm qua mạng internet.[2]
- Các nhân sự YWAM tại Na-uy đang làm việc với một nhà thiết kế ứng dụng để tạo ra một phương tiện theo dõi đáp ứng của các hộ gia đình với Kinh Thánh.[3]
- Elon Musk, nhà sáng lập Tesla, đang khám phá khả năng sử dụng bảy trăm vệ tinh nhân tạo rẻ tiền để cung cấp mạng internet không dây cho cả thế giới.[4] Các tổ chức truyền

giáo sẵn sàng sử dụng những thiết bị như thế hoặc các vệ tinh nhân tạo khác để cung ứng Kinh Thánh nói cho cả thế giới.

Máy chiếu năng lượng mặt trời + Ra trải giường = Rạp chiếu phim cho 1,000 người

Những người tin Chúa giống như David Palusky cũng phát minh ra nhiều kỹ thuật cải tiến khác. David là một kỹ sư điện. Anh và vợ là Stephanie đã sáng lập tổ chức Renew World Outreach để giúp đỡ các giáo sĩ sử dụng kỹ thuật đem Lời Chúa đến các nhóm dân tộc ở khu vực hẻo lánh.

Gia đình Palusky đã thực hiện nhiều chuyến truyền giáo đến với các nhóm dân tộc chưa được vươn đến ở dọc sông Amazon của đất nước Peru. Vị tù trưởng đã nài xin họ rằng: "Các bạn có thể giúp đỡ chúng tôi không? Chúng tôi có Kinh Thánh trong tiếng mẹ đẻ, nhưng không ai biết chữ cả".

Thế là David đã phát minh ra thiết bị đầu tiên gọi là Vista. Đó là một hệ thống máy chiếu chạy bằng năng lượng mặt trời rất bền bỉ. Nó có thể chiếu phim Chúa Jêsus, tức là khoảng 80 phần trăm Phúc âm Lu-ca, cũng như các bộ phim Phúc âm khác. Nó chạy bằng pin sạc năng lượng mặt trời, hoặc có thể cắm vào nguồn điện nào đó. Nó chiếu phim lên tường, màn hình di động, hoặc thậm chí là ra trải giường. Âm thanh có thể phát cho một ngàn người. Tuy vậy mà một người có thể dễ dàng vận chuyển và lắp đặt nó ở bất kỳ chỗ nào.[5]

Tổ chức Renew World Outreach tiếp tục phát minh các thiết bị cải tiến để giúp chấm dứt nạn đói Kinh Thánh. Một phương tiện kỹ thuật khác của họ gọi là LightStream. Đó là một hệ thống phân phối kênh truyền thông di động cho phép người dùng tiếp cận Kinh Thánh nói và chữ trên điện thoại di động. Hãy tưởng tượng nó là một thiết bị phát sóng mạng không dây di động. Nó có thể kết nối với mười lăm người gần nhất, chuyển tải Kinh Thánh nói và chữ, phim Chúa Jêsus và các tài liệu huấn luyện Phúc âm khác. Tất cả đều ở trong tiếng mẹ đẻ của đối tượng mà không cần có mạng internet hay điện.[6]

Còn gì nữa, hễ người nào nhận được những tài liệu này đều có thể chia sẻ Kinh Thánh và phim ảnh cho bạn bè của họ qua email, bluetooth, hay mạng xã hội. Bạn bè của họ có thể chia sẻ nó với bạn bè của họ và nhiều người khác nữa.

Thật là một phương tiện tuyệt vời để phân phát Kinh Thánh!

Hãy tưởng tượng chính bạn đang sống trong đất nước đóng cửa với Phúc âm, ngồi trong siêu thị hay công viên, mời người khác đến để chia sẻ Kinh Thánh miễn phí trong tiếng mẹ đẻ của họ - mà không cần kết nối mạng internet! Với những quốc gia đó thì việc phân phát Kinh Thánh bằng giấy hay liên hệ qua mạng internet có nghĩa là ở tù hay phải chết. Người phát Kinh Thánh cũng phải ở tù. Nhưng ai đó tải Kinh Thánh một cách lặng lẽ sẽ có ít cơ hội bị phát hiện hơn.

Một tổ chức truyền giáo khác tập trung vào phương tiện kỹ thuật là Faith Comes By Hearing. Họ vẫn đang đem Kinh Thánh đến tận tay các dân tộc ở khắp nơi trên địa cầu nhiều thập kỷ qua. Họ bắt đầu với máy cát-xét. Bây giờ thì họ đã có một đội ngũ đáng nể là các chuyên viên công nghệ thông tin đang tạo ra những thiết bị kỹ thuật số hiện đại nhất. Họ cũng có những bản ghi âm Kinh Thánh của hơn một ngàn ngôn ngữ. Đến thời điểm này, bốn mươi hai đội ngũ cấp quốc gia đang làm việc tại hơn hai mươi bảy địa điểm trên thế giới để hoàn thành công tác ghi âm một ngôn ngữ mới mỗi ba ngày.

Tiếng gào thét của Denny

Faith Comes By Hearing đã phát triển một ứng dụng trên điện thoại di động gọi là "Bible.is". Nó bao gồm Kinh Thánh nói của 916 ngôn ngữ. Ứng dụng này cũng có 1,029 bản dịch Kinh Thánh bằng chữ và phim Chúa Jêsus được lồng tiếng hơn một ngàn ngôn ngữ. Người dùng có thể tìm kiếm phiên bản, ngôn ngữ hay quốc gia thích hợp để tiếp cận Kinh Thánh.

Morgan Jackson là một lãnh đạo của Faith Comes By Hearing. Một trong rất nhiều câu chuyện tuyệt vời của ông về ứng dụng này cho thấy việc phân phát Kinh Thánh không phải chỉ vì nạn mù chữ, các nhóm dân tộc chưa được vươn đến ở Himalaya hay tận sâu trong rừng Amazon. Vì những người chưa được vươn đến có thể đang sống ngay tại khu vực của bạn.

Morgan đi ăn trưa ở nhà hàng của Denny tại Pasadena, California. Ông để ý cô phục vụ nói tiếng Anh bằng giọng nước ngoài. Vào buổi trưa nên nhà hàng thường rất đông người. Khi ăn xong, người bồi bàn đến gần và đưa hoá đơn tính tiền bữa trưa với lời chúc may mắn như mọi ngày rồi đi sang bàn bên cạnh.

"Chờ đã!" Morgan gọi cô ta quay lại.

"Có gì không, thưa ông?"

"Tôi để ý thấy giọng nói của cô. Cô từ đâu đến?"

"Ethiopia".

Morgan mở điện thoại ra và chọn ứng dụng Bible.is. Ông nhấn nút và ứng dụng liệt kê hai mươi bốn tiếng địa phương của người Ethiopia. "Tiếng mẹ đẻ của cô là gì?"

"Tigrinya".

Ứng dụng này không chỉ có Kinh Thánh nói tiếng Tigrinya, mà một biểu tượng nhỏ cho biết thiết bị còn có phim Chúa Jêsus trong tiếng này nữa. Morgan chọn Kinh Thánh nói, nhấn "Mở" rồi đưa điện thoại cho cô bồi bàn.

Cô ấy lắng nghe, rồ bắt đầu la lên – một tiếng than thở đầy cảm xúc. Mọi người giật mình quay đầu nhìn. Cô ấy nhìn vào màn hình và tiếp tục khóc.

Morgan hỏi cô ấy vừa làm gì vậy. Cô ấy nói chúc phước cho ông ta theo tập tục của cô ấy. "Hôm nay là ngày vui nhất của tôi! Nếu họ có đuổi việc tôi đi nữa thì cũng chẳng sao. Tôn giáo của tôi còn quan trọng hơn".

Morgan nhanh chóng giải thích cô ấy không bị mất việc đâu. Ông hỏi số điện thoại của cô ấy rồi nhấn "chia sẻ" trong ứng dụng Bible.is.

Cô ấy rất vui đến nỗi kéo thêm người bồi bàn khác tới. Cô này đến từ Indonesia. Morgan chia sẻ ứng dụng, cho người bồi bàn thứ hai nghe Kinh Thánh nói và đọc Kinh Thánh chữ cùng với phim Chúa Jêsus trong tiếng Javan.

Morgan đã làm tất cả những điều này – cho hai người bồi bàn ứng dụng Kinh Thánh trong tiếng mẹ đẻ của họ – tất cả xảy ra trước khi ông ta tính tiền.

CHƯƠNG 7
SỰ LAN RỘNG KINH THÁNH LỚN NHẤT TRONG LỊCH SỬ

Hai mươi mốt phần trăm người Mỹ nói thêm một ngôn ngữ khác ngoài tiếng anh trong gia đình của họ. Nếu bạn có ứng dụng Bible.is trong điện thoại, bạn có thể tặng người khác Lời Chúa. Dù ở đâu, bạn đều bắt gặp người khác sẽ cởi mở và hớn hở khi có Kinh Thánh trong tiếng mẹ đẻ của họ. Đó là vì sao tổ chức Faith Comes By Hearing có hàng trăm triệu người dùng thiết bị kỹ thuật số của họ. Những người dùng đang truy cập Kinh Thánh kỹ thuật số, Kinh Thánh nói, Kinh Thánh chữ Bray cho người mù, thêm vào đó còn có các đoạn phim ngắn dành cho người điếc với khoảng hai mươi ngôn ngữ khiếm thính.

Những câu chuyện này đến từ hai tổ chức truyền giáo sử dụng công nghệ kỹ thuật để lan truyền Lời Chúa. Có hơn 140 Kinh Thánh Hội, Dự án phim Chúa Jêsus, tổ chức Wycliffe, Công ty Seed, SIL, YWAM và rất nhiều đoàn thể khác đang nỗ lực để chấm dứt nạn đói Kinh Thánh. Nhiều đoàn thể đã dự phần vào công nghệ kỹ thuật mỗi ngày.

Không có nhiều thời gian hay không gian để kể hết những gì đang xảy ra.

Kỳ chối từ, kỳ hy vọng

Bên cạnh việc lan truyền Kinh Thánh đến những ngôn ngữ rất đáng nể, thì việc phớt lờ những gì Kinh Thánh nói đang tăng dần ở mọi nơi. Các quốc gia đã có Kinh Thánh nhiều thế kỷ qua đang cho thấy sự thiếu thốn kiến thức Kinh Thánh của họ.

Ở Na-uy, các nhân sự YWAM dự phần vào công tác chấm dứt nạn đói Kinh Thánh đã yêu cầu dịch vụ thăm dò ý kiến thực hiện một cuộc khảo sát. Các nhân sự của chúng tôi vô cùng ngạc nhiên vì phát hiện ra khoảng 30 phần trăm người Na-uy không hề có Kinh Thánh ở nhà.

Mỗi trường học ở Mỹ đã từng có giờ cầu nguyện và đọc Kinh Thánh mỗi ngày. Toà án Tối cao Mỹ đã chấm dứt thông lệ này bằng cách ban hành luật pháp vào năm 1962. Kể từ đó, ma tuý, nghiện rượu, các băng đảng bạo lực và súng ống thay thế cho Lời Chúa và sự cầu nguyện trong trường học. Giờ đây, trình độ giáo dục ở Mỹ so với các quốc gia trên thế giới đã rơi từ vị trí dẫn đầu xuống vị trí xếp hạng hai mươi tám trên thế giới. Hai mươi bảy quốc gia có trình độ giáo dục trẻ em tốt hơn Mỹ bây giờ.[1]

Thiếu Kinh Thánh ở nơi công cộng đã sinh ra những kết quả đáng gờm. Việc phớt lờ Kinh Thánh tiếp tục trở nên tệ hại hơn. Bộ luật của Toà án Tối cao ban hành vào năm 1962 đã được mở rộng đến mức lố bịch. Giờ đây, các giáo sư và công chức của thành phố nghiêm cấm các hình thức tôn giáo hoạt động ở nơi công cộng. Họ bị đe doạ bởi những người vô thần là những kẻ không thiếu tiền để hầu toà. Câu chuyện tiếp theo cho thấy những kẻ vô thần đã trở nên hết sức điên loạn.

"Người ta thấy khó chịu"

Christina Zavala, một bà mẹ ở Palmade, California, bắt đầu bỏ vào hộp cơm trưa của đứa con trai bảy tuổi một câu Kinh Thánh để nhắc nhở mỗi ngày. Bạn bè của nó đọc những đoạn ghi chú rồi hò hét inh ỏi. Vị giáo sư biết được những câu ghi chú này ngày càng phổ biến nhiều hơn thì la mắng cậu trước mặt cả lớp. Cậu bé về nhà khóc lóc.

Tình huống này bắt đầu leo thang kể từ đó. Hiệu trưởng nói với Zavala rằng con trai của cô có thể tặng câu Kinh Thánh sau khi tan trường, tức là ra khỏi khuôn viên trường học. Zavala đồng ý, còn những tờ ghi chú Kinh Thánh vẫn tiếp tục phổ biến rộng rãi. Nhiều sinh viên tìm đến gặp cậu bé.

Cho đến một ngày nọ, phó cảnh sát trưởng quận Los Angeles gõ cửa nhà của Zavala. Ông ta yêu cầu cậu bé dừng chia sẻ những ghi chú ấy. Ông nói rằng: "Người ta thấy khó chịu".[2]

Sự phớt lờ Lời Chúa trở nên như thế đấy. Theo như khảo sát của Pew, hơn một nửa dân số Mỹ không thể liệt kê các sách Phúc âm theo thứ tự. Một số Cơ Đốc nhân khác còn nghi ngờ sách Sáng thế ký là thật. Số người đi nhà thờ trung bình còn không biết Abraham hay Môi-se là ai.[3]

Rất nhiều Hội thánh hiếm khi tổ chức lớp học Kinh Thánh cho tín hữu của họ. Tôi chia sẻ cho nhiều Hội thánh mỗi năm từ hai mươi đến bốn mươi quốc gia. Tôi để ý thấy hội chúng dành hàng giờ để hát thờ phượng nhưng lại chỉ dành hai mươi phút để nghe giảng.

Đối với phần lớn thì đó là lớp học Kinh Thánh duy nhất của họ trong tuần. Có bao nhiêu hội thánh trong thành phố hay ngoại ô vẫn còn các lớp học trường chúa nhật? Các nhóm nhỏ đã phần lớn thay thế cho các lớp học trường chúa nhật. Nhưng các nhóm nhỏ này có thể bị giới hạn, thường tập trung vào việc thông công, khích lệ, thảo luận một vài đề tài nào đó thay vì tìm hiểu Kinh Thánh giống như các lớp trường chúa nhật.

Một nghịch lý lớn

Trong khi đó, sự đói khát Lời Chúa đang tăng dần.

Chúa Jêsus đã phán trước về sự phân cực này. Ngài phán rằng nhiều người sẽ lìa bỏ lẽ thật (Ma-thi-ơ 24:10). Nhưng Lời Chúa cũng phán rằng sự nhận biết vinh quang của Đức Giê-hô-va sẽ đầy dẫy khắp đất như nước tràn biển hồ (Ha-ba-cúc 2:14). Nếu chúng ta chỉ tập trung vào phía tiêu cực, thì nỗi sợ sẽ đè bẹp chúng ta, hy vọng không còn nữa và khổ sở trong đời sống đức tin. Nhưng nếu chúng ta nhìn thấy Đức Chúa Trời đang chuẩn bị mọi người tiếp nhận Lời Chúa, thì đức tin của chúng ta sẽ được làm tươi tỉnh trở lại.

Hai thí dụ từ ngành giải trí cho thấy công chúng Mỹ đang mở Kinh Thánh ra. Các bộ phim và các chương trình truyền hình lấy ý tưởng từ Kinh Thánh đã đạt được thành công vào năm 2014 đến nỗi Hollywood gọi là "Năm Kinh Thánh". Roma Downey và chồng của bà là Mark Burnett đã thực hiện một bộ phim dài nhiều tập công chiếu trên kênh History Channel gọi là *The Bible*. Bộ phim này đã thu hút khán giả trên truyền hình cáp cũng trong năm đó. Hai năm sau, Downey và Burnett tiếp tục sản xuất hai loạt phim bom tấn là: *Son of God* và *A.D., the Bible Continues*.

Vào năm 1995-96, Svein Tindberg, một diễn viên nam nổi tiếng ở Na-uy đã thuộc lòng Phúc âm Mác. Ông đã thực hiện một buổi biểu diễn sô-lô dài ba tiếng đồng hồ với một cái bàn và một cái ghế làm đồ dùng sân khấu. Nhiều người đã hưởng ứng. Bảy mươi lăm ngàn người đến dự buổi diễn xuất đó. Rạp hát trở nên đông nghẹt người khi bạn tính đến dân số Na-uy vào khoảng dân số Singapore, chỉ nhiều hơn năm triệu người một chút thôi. Tindberg đã tiếp nối thành công của mình vào năm 2000 với buổi biểu diễn mới trích dẫn toàn bộ sách Công-vụ. Mỗi khi ông diễn thì rạp hát ở đó chật kín người.[4]

Kinh Thánh trước, phấn hưng sau

Các đội YWAM của chúng tôi đã bắt gặp sự cởi mở đáng kinh ngạc ở rất nhiều nơi, gồm có nước Mỹ và nhiều quốc gia Tây phương khác. Nhưng họ cũng đối diện với sự thù địch rất dứt khoát. Đây là điều phải xảy ra. Nhiều người nam và người nữ của Đức Chúa Trời đã nói tiên tri về sự bắt bớ sẽ xảy đến, nhưng sự thức tỉnh thuộc linh lớn nhất chưa hề có trên thế giới cũng sắp sửa xảy ra.

Khi tôi nghiên cứu công tác của Đức Chúa Trời trong lịch sử, tôi tìm thấy tất cả đều được khởi sự bằng việc thấm nhuần Kinh Thánh. Trước tiên là có người đi gieo Lời Chúa.

Tuy nhiên, một trường hợp ngoại lệ đã khiến tôi phải suy nghĩ: các cuộc phấn hưng diễn ra vào năm 1960 ở Tây Ti-mo, Indonesia. Hàng ngàn người tin Chúa ở đất nước Hồi giáo này.[5] Nhưng một diễn giả dẫn đầu công tác của Đức Chúa Trời này nói rằng không hề có sự nhấn mạnh về Lời Chúa.

Sau đó, tôi gặp một cặp giáo sĩ người Đức gốc Thụy

Sĩ là gia đình nhà Germanides. Họ rời khỏi Tây Ti-mo hai năm trước khi cuộc phấn hưng bắt đầu. Tôi hỏi họ về người diễn giả nói không hề có sự lan truyền Kinh Thánh trước đó là thật sao!

Ông Germanide trả lời: "Không! Điều ấy không đúng. Vợ chồng tôi đã dành mười hai năm đến thăm từng hộ gia đình ở Tây Ti-mo để phát tặng Kinh Thánh".

Xuyên suốt lịch sử, các cuộc phấn hưng tâm linh đều cần có ba điều: Lời Chúa được phơi bày, sự chủ động làm chứng và sự gặp gỡ Đức Chúa Trời hằng sống.

Nhà truyền giáo người Anh tên là Smith Wigglesworth đã nói tiên tri vào năm 1947 rằng: "Khi Lời Chúa và Đức Thánh Linh đến cùng nhau, sẽ có một phong trào vĩ đại của Đức Thánh Linh mà nước Anh cũng như toàn thể thế giới chưa bao giờ thấy".[6]

Chúng ta đang sống trong thời kỳ đẩy mạnh công tác phân phát Kinh Thánh đến từng quốc gia và từng nhóm dân tộc chưa từng có trước đây. Vươn đến từng hộ gia đình trong thế hệ này có khả thi chăng? Có! Tôi tin như vậy. Đó sẽ là sự chuẩn bị cho một cuộc phấn hưng tâm linh vĩ đại trong lịch sử. Chúng ta sẽ nhìn thấy khải tượng của Ha-ba-cúc thành hiện thực (Ha-ba-cúc 2:14).

CHƯƠNG 8
CHẤM DỨT NẠN ĐÓI KINH THÁNH THẾ NÀO

Chúng ta đã nói về sự cải tiến kỹ thuật điện tử để đem Lời Chúa đến với mọi người dễ dàng và nhanh hơn. Nhưng công cụ vĩ đại nhất để chấm dứt nạn đói Kinh Thánh không phải xa lạ gì. Nó đã hiện hữu nhiều ngàn năm trước. Đó là sự cầu nguyện, đặc biệt là sự cầu nguyện biết lắng nghe và làm theo hướng dẫn của Chúa.

Chúa Jêsus phán rằng Ngài chỉ làm những việc mà Ngài thấy Cha làm (Giăng 5:19). Ngài đã có lối sống như vậy từ lúc khởi sự bằng việc cầu nguyện và tìm kiếm sự dẫn dắt của Đức Chúa Cha. Trước khi Ngài chọn mười hai môn đồ, Ngài cầu nguyện thâu đêm. Nếu Chúa Jêsus cần mối liên hệ không ngừng nghỉ với Đức Chúa Cha, thì chúng ta có cần mối liên hệ này không?

Ngài cũng phán với các môn đồ rằng lời cầu nguyện của họ sẽ làm thay đổi thế giới. Ngài phán với họ phải cầu nguyện thế nào. "Nước Cha được đến. Ý Cha được nên, ở đất như trời!" (Ma-thi-ơ 6:10). Ngài cũng ban lời cầu nguyện đó để chúng ta cầu nguyện mỗi ngày – không phải là một nghi thức tôn giáo mà là lời nài xin khẩn thiết. Ngài muốn ý Cha được nên ở dưới đất và Ngài muốn chúng ta cầu thay cho điều đó.

Chúng ta cần phải thận trọng. Chúa của đời này ghét Lời Chúa. Nó sợ hãi trước Lời ấy và sức mạng trong lời cầu nguyện của chúng ta. Nó vẫn đang thù địch với chúng ta trong mọi sự. Nó sẽ dùng lời chỉ trích, sự hiểu lầm, sự chia rẽ, sự bông đùa, sự vu khống, kiện tụng, cám dỗ về tài chính, sự khó dễ của các bậc cầm quyền và các sự tấn công vật lý. Chúng ta không nên phớt lờ những phương tiện chiến tranh của nó mà hãy dùng sức mạnh thuộc linh ở trong Danh của Chúa Jêsus cho đến khi kẻ thù bị đẩy lùi.

Ấy là vì sao bước đầu tiên để chấm dứt nạn đói Kinh Thánh là cầu nguyện liên tục trong Đức Thánh Linh. Mục tiêu của chúng tôi trong YWAM là tập hợp ít nhất một triệu người ký vào tờ kết ước cầu nguyện mỗi ngày cho khải tượng Chấm dứt nạn đói Kinh Thánh. Chúng ta cần những người sẵn sàng cầu thay, rồi làm theo bất kỳ điều gì Chúa phán.[1]

Gõ cửa chuồng chiên

Tiếp theo, chúng ta phải có được sự chúc phước của các lãnh đạo Cơ Đốc. Như tôi đã nói trước đó, khi chúng tôi đang cầu nguyện hỏi Chúa bước tiếp theo là gì, thì Ngài phán với tôi trong "Giăng 10". Còn nhớ câu đầu tiên trong đoạn này nói rằng người chăn chiên thật sẽ vào cửa chiên không! Bất kỳ ai leo vào từ lối khác đều là kẻ trộm cướp.

Chúa Jêsus đang phán về chính Ngài là Người chăn chiên trong phân đoạn này. Nhưng khi Chúa bày tỏ với tôi phân đoạn này, tôi biết Ngài đang dùng nó để nhắc tôi nhớ về "Quy tắc cửa chuồng chiên". Có nghĩa là chúng ta phải bắt đầu liên hệ với các lãnh đạo Cơ Đốc.

Tôi tiếp tục "gõ cửa chuồng chiên" bằng cách giới thiệu với các lãnh đạo khác về cự án này. Bạn cũng có thể làm điều này, dù bạn tặng Kinh Thánh ở trong thành phố, cho cả quốc gia, hay là một nửa thế giới. Dù ở đâu, hãy tìm kiếm sự chúc phước từ các lãnh đạo Hội thánh.

Chúng ta cũng cần sự xác nhận từ các bậc cầm quyền khác nữa. Chúng ta phải kêu gọi các tín hữu từ các lĩnh vực trong xã hội giúp đỡ chấm dứt nạn đói Kinh Thánh.

Người nam hay người nữ bình an

Điều quan trọng là có mục tiêu thật đơn giản. Nếu chúng ta tập chú vào Chúa Jêsus và Kinh Thánh, thì chúng ta sẽ dễ nhận được sự chúc phước từ người chăn bầy. Chúng ta không nên bị phân tâm trước những vấn đề ngoài lề hay quan điểm khác nhau. Nếu chúng ta bị phân tâm, chúng ta không thể hoàn thành được sứ mạng. Chỉ có Chúa Jêsus. Chỉ có Lời Chúa.

Chúng ta đã làm được điều này ở Hawaii vào năm 1983. Chúng tôi quảng cáo, xuất hiện trên đài truyền hình, phỏng vấn với các báo đài địa phương và chia sẻ trong các Hội thánh. Chúng tôi nhận được sự tán thành của các lãnh đạo Thiên Chúa giáo, Tin lành và Do Thái giáo.

Chúng ta càng đi qua cửa chuồng chiên bằng cách tìm kiếm sự chúc phước của các lãnh đạo, thì chúng ta sẽ nhận được sự đáp ứng càng lớn khi phân phát Kinh Thánh.

Bên cạnh Quy tắc cửa chuồng chiên, Chúa Jêsus còn ban cho một hướng dẫn khác để thực hiện mục vụ, đặc biệt là những mục vụ di động. Chúng ta cần tìm kiếm người nam hay người nữ bình an ở một khu vực địa lý nào đó. Đây là một ý tưởng từ Lu-ca 10:6, khi Chúa Jêsus sai bảy mươi môn đồ đi ra. Chúng tôi đã chứng kiến nguyên tắc này kể từ những ngày đầu của tổ chức YWAM, lệ thuộc vào sự dẫn dắt của Chúa để tiếp cận một người bình an khi đi đến chỗ mới.

Còn nhớ người nữ bình an ở St.Thomas là cô Armstrong. Chính người phụ nữ này đã mở ra nhiều cánh cửa để chúng tôi tiếp cận cộng đồng, bao gồm cả chỗ ở, mục vụ và quảng bá qua phương tiện truyền thông ở địa phương.

Nếu bạn cảm thấy được kêu gọi để chấm dứt nạn

đói Kinh Thánh ngay tại cộng đồng của mình, cho dù ở thành thị phát triển hay làng mạc xa xôi, hãy cầu xin Chúa dẫn dắt bạn gặp người bình an. Hãy tìm kiếm Chúa để có được cách tiếp cận hiệu quả nhất.

Đừng quên liên hệ với chúng tôi, để chúng tôi biết tiến triển công việc của bạn để chấm dứt nạn đói Kinh Thánh như thế nào. Hãy cho chúng tôi biết khi nào bạn sẽ bắt đầu và bạn đang nhắm đến điều gì. Cũng chia sẻ những báo cáo và bất kỳ câu chuyện của bạn, nan đề cầu thay nữa nhé. Hãy cho chúng tôi biết khi nào bạn sẽ hoàn thành mục tiêu nữa.

Làm quà giáng sinh, mở tiệc chiêu đãi

Chấm dứt nạn đói Kinh Thánh không phải là dự án một chiều kích. Đây là dự án thuộc về sự dẫn dắt của Đức Thánh Linh và sự khởi xướng của Ngài. Hãy xin Chúa hướng dẫn bạn từng bước nhé. Ngài có tất cả sự sáng tạo và Ngài biết cộng đồng của bạn nhiều hơn bạn đấy. Chính Ngài sẽ cho bạn biết phương hướng tốt nhất cho cộng đồng của bạn.

Bạn có thể gửi tặng Kinh Thánh làm quà giáng sinh cho hàng xóm. Hoặc bạn có thể tặng Kinh Thánh một tuần trước lễ Phục Sinh.

Hãy chăm sóc họ bằng cách mở tiệc chiêu đãi, có thể là vào tối thứ Sáu chẳng hạn. Hãy phục vụ cà phê và tráng miệng rồi chuẩn bị thêm Kinh Thánh nếu người khác muốn tặng cho bạn bè họ. Một đoạn Kinh Thánh nhỏ có thể mở đầu cuộc trò chuyện cũng là ý hay. Sau đó, thông báo cho mọi người biết thời gian gặp nhau định kỳ, đọc Kinh Thánh xuyên suốt tại nhà, hoặc là buổi trưa tại chỗ làm hay trường học. Hãy làm cho mọi thứ thật gần gũi, không cần đưa vào tổ chức gì cả.

Chúng ta cần phải có phương án, sử dụng các thống kê và dữ liệu của nhà nước để định vị các hộ gia đình tại các khu vực theo kế hoạch đề ra, nơi nào có nhiều nhu cầu nhất, xác định tiếng mẹ đẻ của từng nhà là gì nữa. Chúng tôi đã làm điều này ở Hawaii vào năm 1983 để tặng Kinh Thánh cho mười lăm ngôn ngữ thịnh hành ở hòn đảo đến từng hộ gia đình.

Không lâu trước khi viết quyển sách này, một vài tổ chức truyền giáo bắt đầu tìm kiếm, lập bản đồ và lên kế hoạch cùng nhau để phân phát đến các quốc gia khác nhau, làm việc tại các thành phố, các hòn đảo xa xôi ở Thái Bình Dương, trong các ngôi làng ở trên ngọn núi cao của châu Á.

Một cách khác nữa đó là chúng tôi đang dõi theo những ngôn ngữ thông qua bảng Mục lục Nghèo đói Kinh Thánh do nhóm Định vị 4K được Jill Thornton lãnh đạo tạo ra vào tháng 8 năm 2016.[2]

Những khu vực cuối cùng

Một trong những công cụ tuyệt vời để định vị nỗ lực giáo sĩ là khái niệm "Omega Zones" (tạm dịch là những khu vực cuối cùng). Đây là một hệ dữ liệu nhằm chia nhỏ các quốc gia lớn thành nhiều đơn vị nhỏ, đồng thời nó cũng nhắm đến các quốc gia nhỏ hơn trên bản đồ nữa. Hệ dữ liệu và bản đồ này được gọi là "4K" vì cả thế giới được chia thành xấp xỉ bốn ngàn khu vực. Ngay cả công tác truyền giáo thế giới rất đồ sộ cũng được quản lý dễ dàng nhờ có sự phân chia thành các khu vực nhỏ hơn. Các phong trào giáo sĩ, Hội thánh và các tổ chức tình nguyện viên đang sử dụng bản đồ chiến lược này để hoàn thành Đại Mạng Lệnh.

Chiến lược này được phát triển từ đầu thế kỷ 21, khi David Hamilton quyết định tạo ra một bản đồ thế giới mới dành cho việc sa phái giáo sĩ – một loại bản đồ giúp các định vị nơi nào trên thế giới chưa có người tin Chúa.

Rất nhiều người đã cùng ông thực hiện thử thách mới này. Jil Thornton cũng ở trong đội này, cô là người đã đem kiến thức về nghiên cứu và kỹ thuật vẽ bản đồ, cùng với nhiều người khác có kỹ năng chuyên môn trong lĩnh vực nghiên cứu, vẽ bản đồ, thiết kế và lập trình viên. Họ đã dành hàng ngàn giờ đồng hồ vào nỗ lực này. Tôi vinh dự được đặt tên cho các khu vực này. Tôi đã chọn "Omega" vì đó là một trong những Danh xưng của Chúa Jêsus. Đó là chữ cái cuối cùng trong bảng chữ cái Hy-lạp, nó cũng biểu tượng cho việc hoàn thành hay hoàn tất sứ mạng truyền giáo.

Các khu vực được hình thành dựa vào dân số và ranh giới chính trị. Thí dụ, đất nước Trung Hoa được chia thành 857 Omega Zones, trong khi Samoa có dân số hai trăm ngàn người được chia thành 1 Omega Zone. Các khu vực cũng được hình thành dựa vào sự có mặt của Phúc âm trong đất nước hay tỉnh thành nào đó. Vẫn còn một khía cạnh nữa mà Omega Zones chưa thể định vị được. Tôi gọi nó là yếu tố nhận diện cá nhân.

Thí dụ, nếu ai đó hỏi tôi đến từ đâu, tôi trả lời là "California". Nếu họ hỏi tiếp thì tôi nói là "Los Angeles". Nhưng Los Angeles ở đâu? Tôi sẽ trả lời là "phía Tây L.A." Vì đó là nguồn gốc của tôi. Đó là nơi chôn nhau cắt rốn của tôi. Yếu tố này vẫn còn được xem xét trong dự án Omega Zones.

Đội 4K đang nghiên cứu ngày đêm để cập nhật Omega Zones nhằm làm nổi bật nhu cầu của con người trên toàn cầu. Hàng trăm tổ chức truyền giáo hiện đang làm việc với dự án 4K Omega Zones và chia sẻ dự liệu bản đồ của họ để các giáo sĩ có được góc nhìn rõ ràng về nhu cầu trên khắp thế giới. Những đối tượng đang hợp tác với nhau trong dự án nghiên cứu này gồm có Dự án phim Chúa Jêsus, Finishing the Task, SIL International, Hiệp hội Toàn cầu Wycliffe, Cru, YWAM và nhiều cá nhân khác nữa.

Phía trên vùng Bắc cực

Các nhân sự YWAM ở Na-uy đã bắt tay vào công tác chấm dứt nạn đói Kinh Thánh. Joakim Magnus nói rằng: "Chúng tôi nhận được khải tượng của Loren về Kinh Thánh. Nó đánh động chúng tôi. Đó là khải tượng đến từ Chúa. Chúng tôi cần thực hiện điều này".

Công tác phân phát Kinh Thánh của họ bắt đầu từ Finnmark, một khu vực ở Na-uy nằm phía trên vùng Bắc cực. Tôi đã đi cùng đoàn vài ngày khi họ đi từ nhà này đến nhà khác. Chúng tôi thăm viếng các hộ gia đình sống rải rác khắp lãnh nguyên tại một khu vực thưa dân. Chúng tôi tặng Kinh Thánh tiếng Na-uy hoặc là các quyển Kinh Thánh tiếng Sami, là tiếng nói của người Láp. Người ta thờ ơ trước Kinh Thánh tiếng Na-uy nhưng lại đón nhận mấy quyển tiếng Sami.

Lãnh đạo YWAM là Hans Sandtop đang tạo ra một ứng dụng theo dõi Kinh Thánh. Nó sẽ định vị những hộ gia đình chưa được vươn đến, cũng như tiếng nói mẹ đẻ của cả gia đình. Khi một nhóm hay cá nhân nào kết ước phát tặng Kinh Thánh, ứng dụng này sẽ cho biết hàng xóm đã có Kinh Thánh chưa. Cuối cùng, nó cũng ghi nhận nhà nào đã được tiếp cận rồi. Khi quyển sách này xuất bản, thì Hans vẫn còn đang tìm cách xây dựng hệ thống này.

Trong khi đó, ở Latvia

Trong suốt Chiến Tranh Lạnh giữa nền dân chủ Tây phương và các quốc gia cộng sản Đông phương, các giáo sĩ YWAM là Al và Carolyn Akimoff đã phục vụ đằng sau Bức Màn Sắt.[3] Những ai sống dưới thời chủ nghĩa Mác có thể bị tù hay tệ hơn là nếu họ bị bắt vì hoạt động tôn giáo không chính thức. Hậu quả tương tự cũng xảy ra với người Tây phương muốn giúp đỡ họ.

Trái lại, gia đình Akimoff thường xuyên đi vào những đất nước có Bức Màn Sắt để tổ chức các chương trình Kinh Thánh trong rừng. Họ dạy rất nhiều người trẻ tập trung đông lại về bản chất và đặc tánh của Đức Chúa Trời, làm thế nào để lắng nghe tiếng Chúa rõ ràng hơn, làm thế nào để tin cậy sự tiếp trợ của Ngài.

Một trong những Latvia mà Al và Carolyn đã đào tạo là mục sư Petr Samoylich. Vào giữa những năm 1990, ông bắt đầu tập trung vào việc tặng Kinh Thánh cho trường mầm non và gia đình của chúng bằng cách trước hết tìm gặp các thầy cô giáo. Petr vẫn đang tổ chức các hội nghị dành cho giáo viên trường công lập từ đó tới giờ, trang bị cho các giáo viên đến từ khắp nơi ở Latvia.

Khi ông tham dự hội nghị của ông gần đây, hai vị hiệu trưởng từ Mỹ đến dạy cho 250 giáo viên. Khi tôi bước vào khán phòng ngày đầu tiên, tôi thấy 250 hộp có hình thù ký quái chồng chất lên nhau trước sân khấu. Người ta nói với tôi mấy cái hộp đó là mười ngàn quyển Kinh Thánh được sắp xếp thành bản đồ của Latvia.

Petr cũng mời một hồng y người Latvia của Thiên

Chúa giáo, mục sư của Lutheran và lãnh đạo của Hội thánh Báp-tít Latvia đến dự hội nghị. Chúng tôi cùng nhau cầu nguyện cho các quyển Kinh Thánh đó, tặng tất cả cho các trường công lập và trường chúa nhật.

Sau đó, mỗi giáo viên cũng lấy vài quyển Kinh Thánh cho gia đình và con gái, bạn bè và các hiệu trưởng trong trường của họ. Petr đã đặt mua hàng trăm quyển Kinh Thánh. Ông nói với tôi rằng các giáo viên vẫn còn nhận Kinh Thánh cho học sinh của họ. Sự sốt sắng của các giáo viên thật là đáng khâm phục. Họ thậm chí còn ngủ trên sàn nhà để dự hội nghị này.

Vì các giáo viên không có cách nào khác để mang Kinh Thánh về nhà, Petr liền có lý do để đến thăm và mang Kinh Thánh cho họ. Khi ông mời tôi tới văn phòng, tôi nhìn thấy bản đồ tro tường của ông. Nó được ghim đủ màu sắc ở khắp nơi, cho thấy các giáo viên đang phân phát Kinh Thánh như thế nào. Ông nói vào năm 2020, mỗi học sinh và từng hộ gia đình ở Latvia sẽ nhận được Kinh Thánh.

Sáu cách để chấm dứt nạn đói Kinh Thánh

Các giáo sĩ đang sẵn sàng hành động để chấm dứt nạn đói Kinh Thánh ở một vài quốc gia: Đức, Hà-lan, Costa Rica, Phi-líp-pin, Brazil, Papua New Guinea, Cameroon và Mỹ, chỉ một vài quốc gia tượng trưng thôi. Chìa khoá để hoàn thành thách thức này đó là cầu nguyện và lắng nghe Chúa. Ngài là Đấng có nhiều cách nhất để hoàn thành sứ mạng này. Vậy thì, chúng ta cần phải làm theo những gì Ngài phán.

Chấm dứt nạn đói Kinh Thánh cần:

- *Cầu nguyện.* Đây là điều quan trọng trong mọi công tác để chấm dứt nạn đói Kinh Thánh. Đức Chúa Trời mời gọi chúng ta cùng sáng tạo với Ngài, đi theo sự dẫn dắt của Ngài, tấn tới bằng đức tin.

- *Chuyển ngữ bằng chữ và bằng lời.* Mọi người đều có quyền nhận được Lời Chúa trong tiếng mẹ đẻ của họ. Sự bất công lớn nhất đó là rất nhiều người không hề có Kinh Thánh. Chúng ta phải chuyển ngữ và ít nhất phải có một phần Kinh Thánh dành cho mọi lưỡi vào năm 2033, đó là thời điểm mà rất nhiều tổ chức truyền giáo tán thành, nếu không thì phải sớm hơn thế nữa.

- *Sản xuất.* Mọi người phải tiếp cận được Kinh Thánh bằng bất kỳ hình thức nào: giấy, kỹ thuật số, tiếng, hoạt hình, hệ thống chữ Bray cho người mù, phim và những hình thức khác.[4]

- *Phân phối.* Chúng ta cần phải làm bất kỳ điều gì dù là cá nhân hay đội nhóm. Phát tặng Kinh Thánh hay một phần Kinh Thánh nào đó phải là điều nên làm hiển nhiên thứ hai của chúng ta. Ngày nay, với thẻ nhớ SD và ứng dụng điện thoại, chúng ta có thể đem Kinh Thánh bằng giấy và bằng tiếng cho hàng trăm ngôn ngữ ở bất kỳ nơi nào.

- *Giáo dục.* Hãy sử dụng các công cụ thích hợp cho sinh viên biết chữ và không biết chữ, chúng ta phải giáo dục mọi người để học biết đọc, nghe, hiểu và áp dụng Lời Chúa. Chúng ta cũng phải dạy về Kinh Thánh có thể biến đổi cá nhân, xã hội và các dân tộc như thế nào.

- *Tiếp cận.* Với sự vùa giúp của Chúa, chúng ta được kêu gọi để huy động mọi người từ mọi nơi tiếp cận Lời Chúa thường xuyên và áp dụng vào đời sống của họ. Điều này sẽ giúp mang lại sự thức tỉnh thuộc linh toàn cầu khi Lời Chúa và Đức Thánh Linh hiện hữu cùng nhau.

Chúa Jêsus đã ban cho dân sự của Ngài mạng lệnh này trước khi về trời. Ấy cũng là trách nhiệm của mọi thế hệ kể từ đó. Giờ đây, nó lại là sứ mạng của chúng ta. Phải cảm ơn đến phương tiện du lịch và khả năng truyền thông thông tin hiện đại đã làm cho công tác này trở nên dễ dàng và xảy ra nhanh chóng hơn. Với sự vùa giúp của Đức Thánh Linh, thân thể của Đấng Christ khắp thế giới có thể làm được điều này. Hãy ký vào bảng cam kết trên mạng, kết ước cầu thay và thực hiện bất kỳ điều gì Chúa bày tỏ với bạn. Hãy khích lệ người khác làm điều tương tự. Hãy tập hợp mọi người cầu nguyện với bạn và làm theo những nguyên tắc mà Chúa ban cho dự án này.

Hãy chọn một điều nào đó trong số sáu điều kể trên. Có lẽ bạn sẽ cầu nguyện và cung ứng tài chính cho công tác chuyển ngữ, xuất bản và phân phối Lời Chúa. Bạn có thể đi phát Kinh Thánh cho người lân cận của mình hoặc là cho người nào bị lãng quên trong bệnh viện và nhà tù. Đừng loại bỏ sứ mạng này ở những nơi hẻo lánh nhất. Người dân trong nước cần Kinh Thánh. Hãy tạo thêm cơ hội thứ hai cho người nào đã phớt lờ Lời Chúa hoặc không hề đếm xỉa đến Lời của Ngài.

Chúa cũng sẽ dẫn dắt bạn đến những nơi xa nhất trên đất, đến với *ethnos* đã chờ đợi Lời Chúa hàng ngàn năm qua. Hãy để Chúa hướng dẫn bạn. Bạn có thể dự phần trong việc vươn tới những nơi cuối cùng, những chỗ hẻo lánh và những người hư mất.

CHƯƠNG 9
LỜI CHÚA TRONG TIẾNG MẸ ĐẺ CỦA HỌ

Tên của anh là Opukaha'ia. Câu chuyện của anh cho thấy những lựa chọn của một người có thể thay đổi cả đất nước. Đó là một trong những thí dụ điển hình nhất trong lịch sử chấm dứt nạn đói Kinh Thánh, tất cả đã bắt đầu với một thiếu niên người Hawai.

Vua Kamehameha đang xây dựng vương quốc của mình, tiêu diệt hết kẻ thù trong trận càng quét cuối cùng của ông để hiệp nhất các hòn đảo. Opukaha'ia và gia đình của ông không hề may mắn phải sống dưới luật pháp của một trong những kẻ thù cuối cùng. Đứa con trai chỉ mới mười tuổi đã phải chứng kiến những chiến binh của vua Kamehameha giết chết cha mẹ mình một cách tàn nhẫn. Nó đã cõng em mình trên lưng để tìm cách chạy trốn đến chỗ an toàn, nhưng một chiến binh đã phóng ngọn giáo của mình.

Opukaha'ia không còn cảm thấy đứa em trai nặng

nể trên lưng nữa. Đứa trẻ đã chết, nhưng nó đã cứu mạng sống của đứa anh trai. Vì lý do nào đó, người chiến binh quyết định không giết hại Opukaha'ia. Thay vì thế, hắn đã bắt đứa nhỏ về.

Tất cả những chuyện này đã xảy ra trên một hòn đảo rất nổi tiếng ngày nay gọi là Hawai'i. Vài năm trôi qua, sau khi Opukaha'ia không còn là tù binh nữa, cậu ta đã bơi ra gặp một con tàu chở hàng tên là New Haven đang neo đậu ở Vịnh Kealakekua. Vị thuyền trưởng tên là Caleb Brintnall, một người tin Chúa, đã nhận cậu làm thuỷ thủ trên tàu. Toàn bộ thuỷ thủ đặt tên cho cậu là Henry Obookiah vì họ không thể phát âm được Opukaha'ia.

Trong suốt hai năm henry làm việc trên tàu, một thuỷ thủ là người tin Chúa bắt đầu dạy cho cậu tiếng Anh. Henry đã cập bến New Haven, ở Connecticut. Sau vài tuần sinh sống và làm việc ở đó, cậu ta đang ngồi buồn chán trên những bậc thang của trường Yale. Một sinh viên thần học đến hỏi tại sao cậu lại buồn như vậy. Anh chàng trẻ tuổi mới nhập cư nói rằng: "Không ai dạy tôi!"

Những anh hùng xuất hiện

Người sinh viên ấy tên là Edwin Dwight đã hứa sẽ tìm cho Henry một gia sư. Anh ta hỏi một người họ hàng xa có thể nhận một người Hawaii làm đầy tớ không. Đó là cách Henry trở thành người giúp việc nhà cho gia đình của Timothy Dwight đời thứ tư, ông là hiệu trưởng của trường Yale. Dwight cũng là một trong những người sáng lập Uỷ ban Truyền giáo Hải ngoại Hoa kỳ. Bạn cũng thấy đó, Yale lúc bấy giờ rất khác so với ngày hôm nay.

Dwight là người đã ảnh hưởng chàng trai trẻ trong việc nhận biết Chúa Jêsus và Phúc âm. Những người khác đã làm gia sư cho Henry trong vòng từ năm hay sáu năm gì đó. Họ đã nhận thấy cậu này là người có tài. Chàng trai người Hawaii trở nên thông thạo vài thứ tiếng và đã tạo ra bảng chữ cái cho dân tộc mình. Cậu bắt đầu phát minh ra một quyển sách ngữ pháp tiếng Hawaii và dịch luôn cả sách Sáng thế ký. Cậu đã nhắm tới đem Kinh Thánh bằng tiếng mẹ đẻ của dân tộc mình trở về làm giáo sĩ.[1]

Lúc bấy giờ, có một phong trào truyền giáo đang lan rộng từ Cuộc phấn hưng ớn thứ hai ở Mỹ. Nhiều nhóm thanh niên đã gặp nhau để cầu nguyện rất sốt sắng. Họ nóng lòng đi theo những anh hùng giống như Henry Opukaha'ia. Cậu đã chia sẻ ở các trường cao đẳng và nhiều Hội thánh, khích lệ những người trẻ giúp cậu đem Phúc âm trở về quê hương. Tương lai của Henry vô cùng sáng lạng.

Sau đó, Henry đã mắc bệnh sốt rét và qua đời rất nhanh sau đó. Cậu chỉ mới được ba mươi tuổi.

Trước khi qua đời, Henry đã viết một câu chuyện ngắn về cuộc đời mình. Sau khi cậu qua đời, Edwin Dwight, là sinh viên thần học đã tìm thấy cậu ở các bậc cầu thang của trường Yale nhiều năm trước đó, đã biên soạn quyển Hồi ký của Henry Obbookiah bằng cách sử dụng chính câu chuyện của Henry, một tuyển tập những lá thư của cậu ta và những quan sát của Dwight. Quyển sách đó và nhiều tin tứ về sự qua đời của cậu ta đã lan rộng khắp New England, đụng chạm nhiều tấm lòng của những người trẻ. Bảy cặp vợ chồng giáo sĩ và ba người Hawaii trẻ tuổi đã quyết định thay thế Henry giương buồm đến Hawaii.

Cái hộp nhỏ màu đen

Họ đã đem theo một máy in và bảng chữ cái tiếng Hawaii, quyển sách ngữ pháp và bảng dịch sách Sáng thế ký.

Họ giương buồm về phía nam từ New England, đi xuống tận khu vực phía Bắc và Nam Mỹ, vòng qua mũi Horn, tiếng thẳng lên Nam Mỹ lần nữa, rồi hướng ra Thái Bình Dương khoảng 6,800 dặm để đến đảo Hawaii. Chuyến đi mất khoảng 164 ngày. Trên những gợn sóng to lớn của biển cả, họ không biết hết những gì Đức Chúa Trời đang làm để chuẩn bị cánh đồng thuộc linh cho họ.

Một trong những vị thần của người Hawaii là Ku, tức là vị thần chiến tranh. Những thầy tế lễ của vị thần này muốn thật nhiều của tế lễ là con người, làm cho hòn đảo bị nhuộm đỏ bằng máu của các cuộc chiến tranh và những cuộc chạm trán lớn nhỏ khác. Tôn giáo của họ là một hệ thống *kapu* hung tợn, tức là ngay cả những hành động rất nhỏ như một phụ nữ ăn một trái chuối cũng bị trừng phạt bằng cái chết.

Sau khi vua Kamehameha đời thứ nhứt đã qua đời, người vợ mà ông yêu mến là Ka'ahumanu; "người vợ được tôn là thần" tên là Keopuolani; thầy tế lễ tên là Hewahewa; và vị vua mới tên là Kamehameha đời thứ hai, đã quyết định từ bỏ tôn giáo của người Hawaii và những luật lệ *kapu* tàn bạo.

Mặc dù họ đã không còn sống với tôn giáo đó nữa, phá đổ *heiau* (những đền thờ) và đập vỡ các pho tượng, họ không hề thay thế tôn giáo của người Hawaii bằng một tôn giáo khác. Đó là khoảng khắc độc nhất trong lịch sử. Khi con tàu của các giáo sĩ đang trên đường tới đảo, người Hawaii đã tạo ra một khoảng trống thuộc linh để được lấp đầy bằng một điều gì đó.

Một trong những thầy tế lễ của người Hawaii cũng nhận được một khải tượng. Ông nói rằng "vị thần mới" sẽ đến với hòn đảo "bằng một cái hộp đen", cùng với ai đó sẽ đứng trên hòn đá lớn trên bờ biển mà ngày nay gọi là Kailua Kona.[2]

Đó chính xác là những gì đã xảy ra khi các giáo sĩ đi bằng con tàu *Thaddeus* tới hòn đảo vào 1820. Người đầu tiên đã bước lên hòn đá rất to ở Vịnh Kailua. Anh ta mang theo quyển Kinh Thánh được đặt ở trong một cái hộp đen rất nhỏ.

Những gì đã xảy ra tiếp theo vào những năm sau đó

chắc phải khiến Henry Opukaha'ia rất cảm động. Dân tộc của ông đã nhanh chóng đón nhận niềm tin mới, Các giáo sĩ đã dạy cho người dân biết đọc, hoàn tất bản dịch Kinh Thánh của Henry, rồi sử dụng máy in để in ra hàng ngàn quyển Kinh Thánh cho người Hawaii.

Trong vòng một thời gian ngắn, 90 phần trăm người dân Hawaii đã biết đọc – đó là tỷ lệ biết đọc cao nhất tính theo đầu người trên thế giới vào lúc bấy giờ. Hơn nữa, một điều tra dân số vào năm 1853 cho thấy rằng 96 phần trăm người dân trên đảo là Cơ Đốc nhân. Họ đã đón nhận công tác của Đức Thánh Linh vào trong đời sống của mình và đọc Kinh Thánh bằng tiếng mẹ đẻ của họ.

Sự phấn hưng lớn của người Hawai'i

Sau khi kiến thức Kinh Thánh được lan rộng, một cuộc phấn hứng đã càng quét khắp hòn đảo Hawaii vào những năm 1830 và 1840. Nó đã xảy ra ở đảo Lớn.

Titus Coan đã đến với một làn sóng các giáo sĩ mới. Ông đã kinh nghiệm cuộc phấn hưng lớn thứ hai ở Mỹ bằng việc tiếp nhận Chúa trong một buổi nhóm phấn hưng của Charles Finney.[3]

Sống ở Hilo, Coan đã truyền giáo không mệt mỏi, ông đã chia sẻ từ sáu đến mười lần một ngày, tâm vấn cho những người tò mò về niềm tin đến nửa đêm, rồi bắt đầu mọi thứ vào bình minh. Ông duy trì nhiệp điệu như thế trong gần năm mươi năm, ảnh hưởng cả khu vực trong bán kính một trăm dặm từ thị trấn của mình. Ông dạy Kinh Thánh trong bán kính đó cho từng gia đình khoảng từ mười lăm đến mười sáu ngàn người. Vài hộ gia đình sống ẩn mình ở trên các ngọn núi và thung lũng xung quanh Hilo không hề có đường đi. Coan đã tạo ra một con đường băng qua khu rừng và trèo lên những con đường trơn trợt để đến gặp họ.[4]

Ông đã chăm sóc cho những người dân ở đó, lưu giữ "số người tin Chúa" trong quyển sổ của mình. Người nào qua đời? Người nào chuyển nhà và họ đang ở đâu? Ai chưa nghe về sứ điệp? Ai đã ngã lòng? Coan tìm kiếm những người đó hết lần này đến lần khác, kêu gọi họ ăn năn trở lại cùng Chúa. Ai đang theo Chúa một cách trung tín? Ông đảm bảo rằng mọi người đã được đào tạo kỹ càng để họ có thể nhóm lại với Hội thánh.

Hội thánh triệu người đầu tiên ở Mỹ

Hội thánh của Titus Coan sớm trở thành Hội thánh lớn nhất trên thế giới. Khi ông qua đời vào năm 1882, ông đã thêm vào Hội thánh mười ba ngàn tín hữu ở Hilo, cộng với rất nhiều người đã nghe về Tin lành qua các cuộc truyền giảng của ông ở các đảo khác.[5]

Hội thánh của người Hawaii bắt đầu gửi đi các giáo sĩ của họ vào năm 1850. Những dòng dõi thuộc linh của Henry Opukaha'ia đã đem Phúc âm đến đảo

Marquesas, Micronesis, Gilbert và các nơi khác của Melanesia.[6]

Câu chuyện của người Hawai'i cho thấy cách chấm dứt nạn đói Kinh Thánh có thể biến đổi cả nước:

- Sự phấn hưng thuộc linh nóng cháy dẫn tới khải tượng sai phái giáo sĩ

- Một người trẻ tin Chúa đã quyết định trở lại quê hương mình để chia sẻ về Chúa Jêsus và Kinh Thánh, nhưng cậu đã đột ngột qua đời.

- Nhiều người khác đã thay cậu đến Hawai'i. Họ đã đem Kinh Thánh đến với người dân.

- Người Hawaii đã biết đọc, sớm có tỷ lệ biết đọc theo đầu người cao nhất trên thế giới.

- Một giáo sĩ tên là Titus Coan đã nỗ lực đem Lời Chúa đến từng hộ gia đình, ngay cả những nơi hẻo lánh. Sự dạy dỗ Kinh Thánh của ông đã làm thay đổi nhiều đời sống.

- Thánh Linh và Lời Chúa đi cùng nhau trong cuộc phấn hưng lớn của người Hawai'i, rất nhiều người đã ăn năn và thêm vào các Hội thánh.

- Chính người Hawaii đã trở thành các giáo sĩ đi đến những nơi xa hơn ở Thái Bình Dương.

"Chúa Jêsus phán bằng tiếng mẹ đẻ của tôi"

Thí dụ về người Hawaii được lan truyền khắp thế giới ngày hôm nay. Rất nhiều *ethnē*, hoặc là các dân tộc, đang kinh nghiệm sự biến đổi này.[7]

Mortan Jackson thuật lại rằng khi một dân tộc, một *ethnos*, có được Lời Chúa trong tiếng mẹ đẻ của họ, thì họ thường nói rằng: "Bây giờ, chúng tôi là một dân tộc thực thụ!"

Những người chưa kinh nghiệm được sự phấn khởi khi nghe được Lời Chúa bằng tiếng mẹ đẻ của họ lần đầu tiên trong đời không hiểu được điều này. Họ nói rằng: "Tại sao họ không vui khi đọc Kinh Thánh bằng tiếng quốc ngữ của cả nước? Tại sao chúng ta phải dịch sang ngôn ngữ cho vài nhóm dân tộc thiểu số làm gì?"

Khi ai đó nghe được Lời Chúa trong tiếng mẹ đẻ của họ, thì Lời ấy đụng chạm tấm lòng của họ một cách rất sâu sắc. Có lẽ ấy là vì ngôn ngữ là một phần để xác định thân phận của chúng ta. Giống như rất nhiều người trước ông, một người dân tộc thiểu số nhận được một tập tin ghi âm lại Kinh Thánh bằng tiếng mẹ đẻ của mình đã rất ngạc nhiên rằng: "Chúa Jêsus phán bằng tiếng mẹ đẻ của tôi!"

William Cameron Townsend là người sáng lập tổ chức Wycliffe đã nói rằng: "Giáo sĩ vĩ đại nhất là Kinh Thánh trong tiếng mẹ đẻ. Đó là giáo sĩ không cần phải nghỉ ngơi và không bao giờ bị coi là người ngoại quốc".

Đó là người giáo sĩ đụng chạm trái tim của mọi người bằng Phúc âm. Cơ Đốc giáo không còn là tôn giáo của người ngoại quốc nữa.

Không hiểu được chữ nào trong Hội thánh

Ở nhiều nơi trên thế giới, hầu hết mọi người nói tiếng dân tộc thiểu số không thể nói được tiếng quốc ngữ trong nước, cho dù đó là tiếng Ấn Độ ở đất nước Ấn Độ, tiếng Swahili ở đất nước Kenya, hay là tiếng Pidgin English ở hòn đảo Papua New Guinea.

Một thí dụ điển hình là một Hội thánh ở Peru. Người dân nhóm lại mỗi Chúa Nhật để nghe mục sư của họ giảng bằng tiếng Tây Ban Nha từ Kinh Thánh tiếng Tây Ban Nha. Không ai trong hội chúng hiểu được chữ nào cả. Họ đã nhóm lại như vậy rất nhiều năm rồi.

Sự sùng đạo của họ mỗi tuần một lần là điều đáng tuyên dương, còn những ngày còn lại trong tuần thì không. Sự vô đạo đức và thuyết hổ lốn, tức là niềm tin Cơ Đốc trộn lẫn với ma thuật, đang xâm nhập vào những hoàn cảnh như thế.

Bạn có thể môn đồ hoá người khác như thế nào nếu không có Kinh Thánh trong tiếng mẹ đẻ của họ? Đó không phải là vấn đề chỉ xảy ra ở Peru. Rất nhiều nhà cho ở khắp nơi trên thế giới đang chứa các quyển Kinh Thánh và các tài liệu Cơ Đốc khác nhau mà đa số người dân còn lại trên thế giới không thể đọc được.

Lý do phản đối còn lại thì sao? Thật là lãng phí khi chuyển ngữ Kinh Thánh sang các thứ tiếng mà chỉ có vài người nói thì sao?

Câu trả lời nằm ở trong Lời phán của Chúa Jêsus. Chúa đã phán với chúng ta phải đi đến "từng" để vươn đến "tất cả" (Mác 16:15; Ma-thi-ơ 28:19-20). Ngài không phán rằng chỉ đi đến các nhóm đa số. Giăng 3:16 không chép rằng: "Vì Đức Chúa Trời yêu thương các nhóm đa số". Ngài yêu cả thế gian. Ngài không muốn bỏ sót người nào cả.

Các tình nguyện viên ngắn hạn giúp đỡ các nhà ngôn ngữ học

Nhiều năm qua, tôi vẫn nghĩ tới cách chúng ta có thể dịch Kinh Thánh sang các ngôn ngữ khác nhanh hơn. Tôi nghĩ tới cách mình có thể chia sẻ với các nhóm ít người và đông người thông qua những người thông dịch. Tôi nói một câu, một khái niệm, hay một đoạn ngắn, thì người thông dịch nói lại cho họ những gì tôi đã nói.

Tôi đã hỏi tại sao chúng ta không thể làm gì đó tương tự để đẩy nhanh tiến độ dịch Kinh Thánh, sản xuất Kinh Thánh bằng cách ghi âm. Tôi đã khám phá được những người khác như tổ chức Faith Comes By Hearing cũng có ý tưởng tương tự. Họ vẫn đang chuyển ngữ cho hàng ngàn thứ tiếng suốt nhiều năm qua.

Thật là vinh dự khi đến thăm Annette Jackson, là vợ của Jerry Jackson, người sáng lập tổ chức Faith Comes By Hearing. Bà kể với tôi hết câu chuyện này đến câu chuyện khác về những cuộc phiêu lưu mà họ đã đi đến với các nhóm dân tộc không có Kinh Thánh. Đôi khi bà cũng tự đi một mình, leo lên những con đường trên dãy núi ở Papua New Guinea, sống trong các làng ở khu vực hẻo lánh, không trở về cho đến khi bà hoàn thành công tác ghi âm Kinh Thánh cho một ngôn ngữ mới. Bà đã ghi âm hết ngôn ngữ này đến ngôn ngữ khác, tất cả là bốn mươi thứ tiếng, cho đến khi bà đã hơn bảy mươi tuổi. Bây giờ, bà đã được tám mươi tuổi rồi mà vẫn tìm cách dự phần trong công tác chấm dứt nạn đói Kinh Thánh.

Khi tôi gặp những người giống như gia đình Jackson, tôi cảm nhận được tinh thần nóng cháy của họ, tin cậy Đức Chúa Trời để thực hiện những việc không thể làm được.

Ghi âm Kinh Thánh không chỉ là công tác tạm thời nào đó. Họ đang đem Lời Chúa đến với mọi người. Mặc dù có Kinh Thánh bằng chữ và giúp mọi người đọc Lời Chúa là điều tốt hơn, nhưng trong khi chờ đợi họ vẫn có thể nghe được Kinh Thánh phải không!

Công tác của những người dịch Kinh Thánh vẫn luôn là công tác cần thiết. Họ vẫn là những người ở tiền tuyết trong công tác chấm dứt nạn đói Kinh Thánh trong vòng một trăm năm qua. Họ là những người chịu khổ vì tình yêu thương, phải mất nhiều năm mới học được ngôn ngữ mới mà không có ai dạy họ, xác định ngữ pháp của thứ tiếng đó, rồi để lại những biểu tượng bằng chữ viết.

Chúng ta cần cả hai: tức là những người ghi âm Kinh Thánh và các nhà ngôn ngữ học đã được đào tạo để sản xuất Lời Chúa bằng chữ sang các thứ tiếng cho các dân tộc. Khi những người giáo sĩ gửi các tập tin đã ghi âm Kinh Thánh cho những người thông dịch, nó sẽ giúp các nhà ngôn ngữ học sản xuất các bản dịch bằng chữ có chất lượng nhanh hơn rất nhiều. Thật tuyệt vời khi Kinh Thánh bằng chữ được sản xuất trong thời gian ngắn hơn phải không!

Chúa Jêsus đã phán rằng hãy cầu nguyện vì "con gặt thì ít". Hơn một nửa thế kỷ làm việc với các giáo sĩ ngắn hạn trẻ tuổi, chúng ta đã nhìn thấy rất nhiều người quyết định trở thành giáo sĩ dài hạn. Chúng ta thường nhìn thấy các tình nguyện viên ngắn hạn trẻ tuổi đang giúp đỡ quá trình ghi âm Kinh Thánh và chuyển ngữ phụ đề phim Chúa Jêsus đã quyết định muốn được huấn luyện để trở thành các nhà ngôn ngữ học Kinh Thánh.

Công tác đòi hỏi sự dự phần của tất cả mọi người này đang được đẩy nhanh hơn. Nhiều giáo sĩ nhanh chóng tạo ra Kinh Thánh bằng tiếng nói của những ngôn ngữ mới cho hàng trăm triệu người không biết đọc chữ. Mọi người đang tải xuống Kinh Thánh bằng tiếng nói từ hệ thống mạng và chia sẻ với nhau bằng thẻ nhớ. Họ có thể chuyển Kinh Thánh bằng tiếng mẹ đẻ vào trong điện thoại và các thiết bị điện tử cầm tay.

Đây là những người từ "mọi nước, mọi chi phái, mọi *ethnos*, mọi tiếng" (Khải huyền 7:9) sẽ đứng trước Chiên Con, mặc áo dài trắng, tay cầm nhành chà là.

Họ đang được nhóm lại.

CHƯƠNG 10
ĐỒNG HỒ ĐANG CHẠY ĐUA

Rất nhiều Cơ Đốc nhân đang thực hiện công tác ghi âm ở nhiều quốc gia, bao gồm cả những người đang sống trên "lục địa trôi nổi", tức là các hòn đảo ở Thái Bình Dương – Micronesia, Melanesia và Polynesia. Khu vực này, cũng được gọi châu Đại Dương hay Thái Bình Dương, bao gồm 32 triệu dặm vuông, trải rộng từ đảo Hawai'i ở phía đông bắc cho đến New Zealand và Papua New Guinea ở phía tây nam.

Một vài hòn đảo nằm ở những nơi hẻo lánh không tưởng tượng được. Một vài nơi khác rất khó xâm nhập đến nỗi các tàu chợ và bưu điện chỉ xuất hiện ba lần mỗi năm, hoặc thậm chí là ít hơn nữa. Có những hòn đảo không hề có được các tàu chợ nào cả.

Những người sống trên các hòn đảo xa xôi này phải chịu đựng sự khốn khổ. Vì không có nhiều lựa chọn về thức ăn, nên rất nhiều người mắc các bệnh như tiểu đường. Họ có thể ăn cá, nuôi heo và trồng khoai sọ, một vài trái cây và hoa quả nếu điều kiện cho phép.

Hệ thống giáo dục không đồng đều và điều kiện y tế cũng gần như không có. Tình trạng thất nghiệp không thể kiểm soát, Nếu có cơ hội, những người trẻ tuổi sẽ nhập cư vào New Zealand, Úc hay Mỹ. Họ gửi một phần tiền lương về nhà cho gia đình của mình. Dịch bệnh thì lan tràn rất nhiều.

Tuy nhiên, chẳng có gì quá khó cho Đức Chúa Trời. Ngài có kế hoạch dành cho những người đang sống trên các hòn đảo này. Chúng ta không thể bỏ mặc họ. Chúng ta càng không thể bỏ mặc họ sống mà không có Kinh Thánh trong tiếng mẹ đẻ của họ. Sự phát triển của họ tuỳ thuộc vào điều này.

Trong bốn tuần, tám ngôn ngữ mới

Châu Đại Dương có sự đa dạng về ngôn ngữ rất lớn mà không nơi nào trên thế giới có thể sánh bằng. Nó có tới 1,121 ngôn ngữ, 426 ngôn ngữ còn thiếu nhiều phần của Kinh Thánh. Trong số 426 ngôn ngữ chưa được vươn đến, có đến 321 ngôn ngữ nằm trong quốc gia Papua New Guinea (PNG).[1]

Các giáo sĩ YWAM đang làm việc cật lực để kết thúc nạn đói Kinh Thánh ở PNG. Thí dụ, một vài giáo sĩ được các nhà ngôn ngữ học và các nhà làm phim hỗ trợ để sản xuất phim *Cuộc đời Chúa Jêsus* sang ngôn ngữ mới. Đây là cách mà sự hợp tác này đang mang lại ích lợi cho PNG. Đầu tiên, tổ chức Wycliffe chuyển ngữ Phúc âm Lu-ca sang thứ tiếng của họ. Sau đó, các nhân sự đang làm việc trong tổ chức phim *Cuộc đời Chúa Jêsus* sản xuất kịch bản phù hợp với ngôn ngữ đó. Bước thứ ba là lúc các giáo sĩ YWAM bước vào thực hiện. Họ đã được đào tạo để ghi âm người nói tiếng mẹ đẻ để lồng tiếng vào cho kịch bản. Sau đó, bộ phim được hoàn thành.

Một cặp vợ chồng người New Zealand là Bernie và Sylvia Kay là một phần trong gia đình của YWAM Kona. Họ đang làm việc ở PNG để giúp tổ chức phim *Cuộc đời Chúa Jêsus* ghi âm các thứ tiếng khác cho bộ phim này. Gần đây, đội của họ tiếp nhận năm sinh viên đến từ trường Huấn luyện Môn đồ ở Kona, Hawai'i. Trong vòng bốn tuần, các sinh viên này đã giúp sản xuất phần kể chuyện cho tổ chức phim *Cuộc đời Chúa Jêsus* sang tám thứ tiếng.

Năm trăm ngàn người đang nói tám ngôn ngữ đó. Hãy suy nghĩ xem! Nửa triệu người đang nghe và xem Lời Chúa bằng tiếng mẹ đẻ của họ. Năm người chỉ mất khoảng bốn tuần để hoàn thành quá trình này.

Kinh Thánh bằng tiếng nói là một cách quan trọng để giúp 771 triệu người trên đất không biết đọc.[2] Còn bạn có thể sử dụng những người thông dịch từ địa phương này đến địa phương khác để sản xuất bộ phim ấy.[3]

Lời Chúa được ghi âm cũng rất phổ biến cho rất

nhiều dân tộc. Ngay cả khi họ biết đọc đi nữa, thì một vài người thích tiếp thu kiến thức qua các thiết bị nghe nhìn – họ sử dụng thiết bị có gắn tai nghe khi họ đang trên đường đi làm, ở phòng tập thể dục, làm vường, hay làm việc nhà; còn sử dụng phim ảnh khi họ đang nghỉ giải lao.

Những đôi ủng trên đất

Phương pháp sản xuất Kinh Thánh bằng tiếng nói đang lan rộng. Các nhà ngôn ngữ học đang đào tạo các tình nguyện viên không chuyên để hỗ trợ cho quá trình chuyển ngữ. Các nhà ngôn ngữ học Kinh Thánh là các giáo sĩ tận tâm đang làm việc để chấm dứt nạn đói Kinh Thánh. Một trong các nhóm giáo sĩ này là các thông dịch viên Kinh Thánh của tổ chức Wycliffe vẫn đang phục vụ Chúa bằng cách chuyển giao Lời Chúa cho nhiều người có lòng sốt sắng từ thập kỷ này đến thập kỷ khác. Bây giờ, họ đang kêu gọi sự giúp đỡ. Họ có thể chuyển ngữ Kinh Thánh nhanh hơn nếu họ có được các tình nguyện viên dám đi bằng "đôi ủng trên đất".

Có rất nhiều cách để dự phần vào công tác chuyển ngữ Kinh Thánh. Bạn có thể định vị được những người nói tiếng thiểu số để giúp tạo ra một bản dịch Kinh Thánh bằng tiếng nói. Bạn có thể hỗ trợ quá trình ghi âm của tổ chức phim *Cuộc đời Chúa Jêsus* sang ngôn ngữ mới. Hỗ trợ về mặt hậu cần luôn là điều cần thiết để giúp đỡ những người thông dịch về phương tiện đi lại hay chăm sóc con cái, hoặc là nấu ăn. Bạn có thể lan truyền khải tượng về chấm dứt nạn đói Kinh Thánh trong Hội thánh và cộng đồng. Hoặc bạn có thể tập hợp bạn bè để cầu thay thường xuyên cho công tác phân phối Lời Chúa.

Chúng ta còn đợi gì nữa?

Robin Green của tổ chức Faith Comes By Hearing đã phán triển một ứng dụng để cộng tác với tổ chức Tiên phong Dịch Kinh Thánh và tổ chức Seed Company. Ứng dụng ấy được gọi là Render. Họ thiết kế nó để những người không biết đọc chữ có thể ghi âm Kinh Thánh cho dân tộc của họ một cách dễ dàng.[4]

Một thông dịch viên ở địa phương lắng nghe Kinh Thánh trong tiếng quốc ngữ của mình rồi tạo ra một bản ghi âm bằng tiếng mẹ đẻ của người đó. Bản ghi âm bằng tiếng nói còn giúp người thông dịch viên học cách đọc, tạo ra bảng chữ cái, dạy chữ cho cả cộng đồng, viết ra Kinh Thánh bằng tiếng mẹ đẻ nữa. Ứng dụng ấy còn giúp người khác học ngôn ngữ địa phương, nghiên cứu ngữ pháp, tạo ra các biểu tượng bằng chữ - tất cả có sẵn để họ có thể bắt đầu chuyển ngữ Kinh Thánh. Nếu họ bắt đầu bằng cách ghi âm tiếng nói, thì họ có thể giúp những người đó ghi âm Kinh Thánh nhanh hơn.

Kỹ thuật và các phương pháp mới đang tạo ra cách

ghi âm và phân phối bằng kỹ thuật số thật dễ dàng. Giờ đây, chúng ta có thể vươn đến những nơi xa xôi nhất. Hãy suy xét tất cả những điều này, chúng ta phải hỏi bản thân rằng còn chờ đợi gì nữa?

Tại sao chúng ta phải đợi quá lâu?

Vài năm trước, một nhà ngôn ngữ học đi đầu đã làm giáo sĩ nói rằng phải mất đến 150 năm nữa để bắt đầu chuyển ngữ Kinh Thánh cho ngôn ngữ cuối cùng chưa có Kinh Thánh.

Bây giờ, con số ấy đã được chuyển thành năm 2025. Tôi muốn nhìn thấy bản ghi âm bằng tiếng nói xảy ra nhanh hơn nữa – vào ngày 25 tháng 12 năm 2020. Tôi nghĩ chúng ta cũng phải nhắm đến một bản dịch Tân Ước bằng chữ trong mọi thứ tiếng vào năm 2033. Đó là năm đánh dấu kỷ niệm ngày Chúa Jêsus đã ban Đại Mạng Lệnh cho chúng ta lần thứ hai ngàn trước khi Ngài thăng thiên về thiên đàng.

Chúng ta là những người rất được vinh dự còn sống đến thời điểm này. Chúng ta sẽ nhìn thấy những giấc mơ và khải tượng được ứng nghiệm. Mặc dù tôi rất muốn mình còn sống để nhìn thấy điều đó, có lẽ tôi sẽ không được sống lâu đến như vậy. Nhưng tôi tin rằng các bạn trẻ ngày hôm nay sẽ kinh nghiệm được giai đoạn cảm động nhất đó là mọi người trên hành tinh này nhận được Tin lành của Đức Chúa Jêsus Christ.

Chúng ta có thể thực hiện phần của mình, là cầu nguyện và bước từng bước bằng đức tin, để nhìn thấy ý muốn của Đức Chúa Trời thành hiện thực ở dưới đất cũng như ở trên trời chăng? Hay là chúng ta sẽ trì hoãn những gì Ngài muốn làm qua chúng ta sao?

Tôi vừa mới nghe được một câu chuyện từ đất nước Kenya. Các giáo sĩ vừa mới hoàn thành bản dịch Kinh Thánh cho một nhóm dân tộc. Khi họ phân phát Kinh Thánh, mọi người reo mừng. Tất cả mọi người ngoại trừ một người. Ông chỉ đứng đó, cầm quyển Kinh Thánh trong tay. Cuối cùng, ông cũng mở miệng hỏi một người ngoại quốc rằng: "Tại sao chúng tôi phải đợi lâu như vậy mới có được Lời Chúa bằng tiếng mẹ đẻ của mình?"

Đó là một câu hỏi hay. Tại sao chúng ta phải đợi quá lâu để đem Kinh Thánh đến với mọi người? Bây giờ thì sao? Chúng ta còn chờ đợi gì nữa?

CHƯƠNG 11
PHÁT KINH THÁNH

K inh Thánh là cuyển sách năng quyền vì Đức Chúa Cha đã uỷ thác điều đó. Đó là quyển sách năng quyền vì Đức Chúa Jêsus chính là Ngôi Lời và cũng vì Đức Thánh Linh đã xức dầu cho quá trình viết ra Kinh Thánh, Ngài vẫn đang phán dạy khi chúng ta đọc hay nghe Lời Chúa. Nếu chúng ta dám nhận lấy thách thức chấm dứt nạn đói Kinh Thánh, thì chúng ta sẽ nhìn thấy quyền năng của Lời Chúa.

Bây giờ, chúng ta có rất nhiều phương cách để sản xuất Kinh Thánh bằng kỹ thuật số và bằng sách. Trong suốt thời kỳ Cải Chánh, họ chỉ có máy in. Tột rất ngạc nhiên khi biết rằng những người sống vào thời ấy đã tận dụng tối đa cố máy của họ.

Một người bạn của tôi là Tiến sĩ Tom Bloomer hiệu trưởng Trường Đại Học Các Dân Tộc. Ông đã từng sống ở Thụy Sĩ rất nhiều năm. Bên cạnh những nghiên cứu về học thuật, ông rất thích tìm tòi lịch sử về các khu vực nào đó trong đất nước này. Tôi cảm thấy rất thoả mãn khi đi bộ cùng Tom đến thăm một vài thắng cảnh ở đó.

Có một nhà thờ rất nhỏ nằm bên cạnh thánh đường Geneva. Đó là chỗ mà John Calvin đã chia sẻ vào mỗi Chúa Nhật. Có một người thường ngồi ở hàng ghế đầu để ghi lại những bài giảng của ông.

Có một phòng trong nhà thờ được dùng để chứa một trong những máy tin của Gutenberg. Ngay sau khi Calvin giảng xong, các thợ in đem những bản viết tay đó, chỉnh sửa lại rồi in ra nhiều bản. Khi họ giao những bản in cho những người cưỡi ngựa đưa tin đến miền đông, miền tây, miền bắc và miền năm của châu Âu, thì mực in gần như không còn gì nữa. Trong vòng một tuần, hàng ngàn người ở châu Âu đọc những bài giảng của Calvin.

Nếu Tây Âu đã được biến đổi năm trăm năm về trước bằng một máy in và những người cưỡi ngựa tốc hành, thì tưởng tượng xem chúng ta có thể làm gì ngày hôm nay với rất nhiều phương tiện kỹ thuật hiện đại mà Chúa đã ban cho chúng ta. Những sự phát triển trên bình diện quốc tế đã chuẩn bị sẵn cho chúng ta hết rồi. Khi con cái Chúa cầu nguyện, thì Ngài đã mở ra những cánh cửa. Thí dụ, không ai tưởng tượng được sự thay đổi đáng kể của Hội thánh ở Trung Hoa. Vậy thì ai có thể đoán được điều gì sẽ xảy ra với cả thế giới đây?

Deng Xiaoping không sợ Kinh Thánh

Vào tháng 4 năm 2014, tôi đang ở New Zealand nói chuyện với một giáo sĩ tên là Peter Dean. Ông trở về từ Trung Hoa để nghỉ ngơi. Ông nhắc tôi nhớ rằng ông ấy đã từng là một thợ in trong lầu đài của YWAM ở Hurlach, nước Đức.

Peter đã gửi tặng tôi một quyển sách. Đó là quyển Kinh Thánh tiếng Hoa. "Loren à, chúng tôi vừa mới in được 100 triệu quyển Kinh Thánh ở Trung Hoa. Đây là một quyển đã được in ra".

Tôi biết câu chuyện về 100 quyển Kinh Thánh đó.

Deng Xiaoping là một lãnh đạo ở Trung Hoa vào giữa những năm 1970. Ông muốn mở ra một nền kinh tế xã hội chủ nghĩa ở Trung Hoa, nên ông đã mời vài người Tây đến dạy người Hoa cách mở ra thị trường kinh doanh tự do. Năm nhà kinh doanh mà ông đã mời vô tình là những người tin Chúa.

Sau khi họ đã nói chuyện xong, một người hỏi Deng thông qua người thông dịch là: "Tại sao các anh sợ Kinh Thánh?"

Deng cười thật to: "Chúng tôi đâu có sợ Kinh Thánh! Đó chỉ là một quyển sách".

"Vậy thì chúng ta có thể mở nhà in ở Trung Hoa. Rồi in ra một triệu Kinh Thánh cho người Hoa".

Deng lại cười nữa. "Một triệu Kinh Thánh ở Trung Hoa chẳng là gì cả. Các anh cứ làm đi!"

Các nhà kinh doanh ấy trở về nhà và kêu gọi gây

quỹ. Những người khác đến làm việc ở nhà in, trong đó có Peter và một công nhân khác đến từ Hurlach, nước Đức. Họ bắt đầu in Kinh Thánh trong một đất nước đã từng có những người đã lén lút phát hàng ngàn quyển Kinh Thánh. Giờ đây, Cơ Đốc nhân đang in sách dưới sự cho phép của Deng Xiaoping. Sau đó, Cơ Đốc nhân người Hoa đã được phân phối Kinh Thánh.

Khi Peter và những cộng sự của mình hoàn thành dự án in một triệu quyển Kinh Thánh, họ đã in thêm một triệu quyển nữa. Rồi thêm một triệu quyển nữa và nhiều lần như thế. Kể từ 1976 đến 2014, họ cứ in được một triệu quyển Kinh Thánh nhiều lần như vậy, tất cả đều được sự cho phép của Deng Xiaoping.

Khi tôi còn ở New Zealand, thì tôi đang cầm trên tay một trong số 100 triệu quyển Kinh Thánh đó.

Peter nói rằng họ đã có được một thiết bị mới và đang sản xuất cứ mỗi bốn giây đồng hồ thì có một quyển Kinh Thánh!

"Google-berg"

Mặc dù Trung Hoa đã có sự thay đổi ngoại mục và nhiều cổ máy hiện đại nhanh hơn rất nhiều, chúng ta vẫn không thể in ra đủ Kinh Thánh cho mọi người khắp thế giới. Tuy nhiên, Chúa đã cho chúng ta một giải pháp trong thời kỳ lịch sử này. Các nhà Cải Chánh đã sử dụng máy in của Gutenberg. Nhưng, khi David Hamilton nói, bây giờ chúng ta đã có "Google-berg". Bạn có thể gọi là cuộc Cánh mạng Google-berg.

Kinh Thánh miễn phí có thể được tải xuống từ mạng điện tử. Theo một vài mục vụ, không thể kể tên vì lý do bảo mật, có đến hàng trăm ngàn người nói tiếng Ả-rập đang tải Kinh Thánh bằng tiếng nói và bằng sách.

Những ai không thể sử dụng mạng điện tử vẫn nhận được Kinh Thánh bằng tiếng nói, phim ngắn, phim hoạt hình và sách. Những ai đang sống ở các nơi xa xôi nhất trên trái đất đều biết sử dụng điện thoại hay máy tính bảng di động, cho dù họ không có được miếng bảo vệ. Họ sử dụng những thiết bị điện tử đó để nghe nhạc và xem phim.

Như chúng ta đã biết, một khi đã tải về từ mạng điện tử, các ứng dụng có thể được chia sẻ từ người này đến người khác, ngay cả có thể lan rộng ra như vi-rút. Chúng ta có thể phân phát Kinh Thánh và phim *Cuộc đời Chúa Jêsus* bằng thẻ nhớ SD hoặc thẻ SD siêu nhỏ trong tiếng mẹ đẻ của địa phương. Ở các nước khó khăn hơn, thì chúng ta có thể xây dựng trạm Wi-Fi di động, phân phát Kinh Thánh và phim *Cuộc đời Chúa Jêsus* cho người nào ở cần đang dùng thiết bị di động.

Giáo sĩ kỹ thuật

Chong Ho là một người bạn của tôi. Anh là một lãnh đạo YWAM đã tập hợp một đội các giáo sĩ IT. Trước khi tham gia YWAM, anh đã điều hành một công ty tư nhân trong vai trò quản lý dự liệu Oracle. Anh đã tư vấn cho Bộ Tư Pháp, Bộ Năng Lượng và Quản lý Hàng không Liên bang. Anh cũng hợp tác với vài công ty Fortune 500 như Ge và IBM.

Bây giờ, anh là giáo sĩ kỹ thuật.

Chong Ho và tôi đã cùng đi vài chuyến đến Hàn Quốc trong vòng một năm, chia sẻ ở các buổi nhóm lớn. Chúng tôi đã thách thức mọi người trong ngành công nghiệp IT để giúp chấm dứt nạn đói Kinh Thánh bằng cách dâng hiến một phần mười quỹ thời gian, tài năng và tiền bạc của họ. Dâng hiến 10 phần trăm không chỉ là trách nhiệm của những CEO. Mà còn là trách nhiệm của những người đi làm cho họ nữa. Các công ty có thể dâng một phần mười quỹ thời gian và tài năng của các công nhân, cũng như tiền bạc của họ – tức là một phần mười lợi tức của họ. Chúng tôi xin họ tạo ra những ứng dụng, các thiết bị, các câu chuyện Kinh Thánh hoạt hình, các trò chơi – bất kỳ đều gì Đức Chúa Trời bày tỏ với họ.

Đáp ứng của các ngành công nghiệp IT ở Hàn Quốc liền xảy ra ngay lập tức và thật đáng nể.

Một trong những chuyến đi đến Hàn Quốc lần thứ năm của tôi vào năm đó, Chong Ho và các chuyên gia IT khác đã ngồi lại với nhau. Chúng tôi chia sẻ về vai trò lãnh đạo tại các Hội nghị Truyền giáo bằng IT lớn. Có hơn một ngàn người tham dự.

Ở đó, chúng tôi gặp các CEO của công ty. Họ đã bắt đầu dâng hiến một phần mười – quỹ thời gian, tài năng và tiền bạc. Họ cho chúng tôi thấy những gì họ đã tạo ra để chấm dứt nạn đó Kinh Thánh.

Các lãnh đạo quan trọng đã kết ước làm nhiều hơn thế nữa, bao gồm cả việc sản xuất một phiên bản hoạt hình cho từng bản dịch Kinh Thánh mới. Khi tôi viết quyển sách này, đã có tám mươi CEO của các công ty IT ở Hàn Quốc gặp nhau mỗi tuần để cầu nguyện, thờ phượng và học Kinh Thánh. Họ đang thực hiện các dự án để lan truyền Lời Chúa.

Chong Ho và đội của mình vừa mới liên hệ với các Cơ Đốc nhân ở Thung lũng Silicon, phía Tây Bắc Thái Bình Dương, và những nơi có các công ty hàng đầu của Mỹ đóng trụ sở tại đó. Anh phát hiện thấy việc học Kinh Thánh và cầu nguyện trong các nhóm nhỏ đang xảy ra ở mỗi công ty được gọi là những gã khổng lồ IT. Các kỹ thuật viên của YWAM đã đến thăm và thách thức vài nhóm cầu nguyện đó dự phần vào mục tiêu chấm dứt nạn đói Kinh Thánh toàn cầu ngày hôm nay.

Internet là cánh đồng giải trí

Các nhà phát triển đang dùng nhiều cách để lan truyền Lời Chúa rộng rãi trên mạng điện tử. Một vài nhà phát triển vẫn đang làm công tác này trong vòng mười hay mười hai năm. Một trong bốn đối tác khác là một nhà thiết kế điện tử Hàn Quốc, đã phát triển các ứng dụng để phân phát Kinh Thánh và kết nối trực tuyến. Một trong các sản phẩm của ông đã trở nên rất thành công ở Hàn Quốc và ở nhiều quốc gia khác.

Những giải pháp này là công cụ hoàn hảo cho các tình huống giống như Đa-vít kháng cự Gô-li-át. Chong Ho nói rằng: "Internet là cánh đồng giải trí".

Khi tôi nghe thấy điều đó, tôi nhìn thấy rất nhiều cơ hội.

Tôi nghe nói có ba nguồn lực trong ngành công nghiệp điện tử ở bờ Tây của nước Mỹ. Họ đang giữ bí mật về các lãnh đạo trong ngành công nghiệp này đang nhắm đến việc cho ra đời bốn tỷ thiết bị cầm tay để mọi người trên đất có thể sử dụng internet vào năm 2020. Đáng tiếc là dự án đã bị hoãn lại. Không ai tìm ra cách sản xuất các thiết bị cầm tay sử dụng năng lượng mặt trời rẻ tiền hơn. Vẫn còn hàng triệu người không thể sử dụng internet vì không có điện.

Nếu các lãnh đạo ngành công nghiệp đạt được thành công trong việc sản xuất điện thoại di động sử dụng năng lượng mặt trời thì đó sẽ là những thiết bị điện tử thích hợp với dự án vệ tinh mà Elon Musk đã phát minh, ông là một trong những người sáng lập ra Tesla.

Hãy cầu xin Chúa bày tỏ với một người nào đó cách tạo ra một thiết bị cầm tay sử dụng năng lượng mặt trời. Có thể người đó là một Cơ Đốc nhân. Chúa Jêsus đã "tải xuống" cho các đầy tớ của Ngài sự hiểu biết trước đây rồi. Hoặc là Ngài có thể dùng một "Si-ru" để làm công việc của Ngài.[1]

Chúng ta *có thể* phát Kinh Thánh cho từng hộ gia đình trên đất này. Một vài phương tiện kỹ thuật tiên tiến có thể là câu trả lời cho điều này. Tuy nhiên, chúng ta phải có quyền phép của Đức Thánh Linh ở cùng. "Ấy chẳng phải là bởi quyền thế, cũng chẳng phải là bởi năng lực, bèn là bởi Thần ta, Đức Giê-hô-va vạn quân phán vậy" (Xa-cha-ri 4:6).

CHƯƠNG 12
RẢI HẠT GIỐNG

Một trong những câu chuyện cảm động nhất đó là: Một người Na-uy tên là Hans Nielsen Hauge đã lắng nghe Chúa, sau đó ông đã làm việc cật lực để chấm dứt nạn đói Kinh Thánh trong quốc gia của mình. Ông đã thay đổi dòng lịch sử khi phân phát Kinh Thánh khắp cả nước.[1]

Câu chuyện này đã xảy ra từ đầu thế kỷ mười chín. Chỉ có giới thượng lưu mới có được sự tự do. Hầu hết những gì Đức Chúa Trời dẫn dắt Hauge đều đi ngược lại với luật pháp, thách thức tình trạng chung.

Cha mẹ của Hans là những người tin kính đã nuôi dạy một cậu con trai sống kính sợ Chúa. Mặc dù Hans là một người sùng đạo nhưng cũng không chắc chắn về sự cứu rỗi cá nhân của mình.

Vào mùa xuân năm 1796, Hauge đã nhận được cái mà ông gọi là "phép báp-tem thuộc linh". Ông vừa hát một bài thánh ca vừa làm việc trên cánh đồng của cha mình. Thình lình, ông cảm thấy tấm lòng mình được Đức Chúa Trời đụng chạm. Ngay lập tức, ông biết rằng Chúa Jêsus đã chấp nhận ông. Tội lỗi của ông tha thứ! Trong giây phút ấy, Hans cũng biết rằng Đức Chúa Trời đã kêu gọi ông đem Lời Chúa đến với từng người ở Na-uy.

Hoàn cảnh của đất nước ông rất khó khăn. Người Na-uy rất nghèo và chết dần vì đói. Có những vụ đói kém đã huỷ hoại đất đai, nhiều đời sống phải chết vì đói. Họ chỉ có vài trường học và không có trường đại học nào cả. Một tương lai ảm đạm ở phía trước, càng có nhiều người đến sống ở những nông trại nhỏ và các ngôi làng đánh bắt cá.

Bất chấp luật pháp, vâng theo tiếng gọi

Những người hàng xóm Na-uy đã bắt họ làm nô lệ hàng trăm năm qua. Người Đan-mạch, đang xâm chiếm đất nước của họ lúc bấy giờ, đã làm cho việc đi lại hay gặp gỡ nơi công cộng là vi phạm luật pháp. Hơn nữa, chỉ có các mục sư của Hội thánh nhà nước mới được phép giảng đạo. Điều này được áp dụng ở khắp mọi nơi.

Mặc kệ những điều đó, Hans có một sự kêu gọi từ Đức Chúa Trời. Ông đã phá luật và đi lại khắp cả nước, giảng đạo và phân phát Kinh Thánh. Trong vòng tám năm, ông đã làm cho Lời Chúa lan rộng cả nước Na-uy.

Để làm điều này, ông đã đi bộ hoặc trượt tuyết hết mười lăm ngàn ki-lô-mét (hơn chín ngàn dặm).[2]

Hans học được rằng Kinh Thánh là quyển sách có thể dạy cho bản thân ông và những công nhân biết cách áp dụng thực tiễn. Ông đã viết hết sách này đến sách khác để đưa ra lời khuyên cựa trên Kinh Thánh về rất nhiều đề tài bao gồm: lĩnh vực nông nghiệp, giáo dục trẻ em, tạo ra của cải mới bằng cách làm kinh doanh trung thực và tất nhiên là trở thành môn đồ của Đức Chúa Jêsus Christ nữa. Ông đã trở thành tác giả nổi tiếng với hàng trăm ngàn quyển sách được xuất bản – đây là điều đáng nể đã xảy ra trong một đất nước chỉ có chính trăm ngàn người!

Ông cũng tạo ra ba mươi ngành nghề kinh doanh ở rất nhiều thị trấn.[3] Bên cạnh đó, ông còn xây dựng xưởng giấy, xưởng nghiền kim khí, xưởng nghiền xương, xưởng bột, xưởng thuộc da và lò đúc. Ông đã giúp nhiều người khác tìm được việc làm ở các thị trấn khác nữa. Qua các việc ấy, ông đã biến đổi nền kinh tế của cả nước.

Hans đã có thể trở thành một người rất giàu có vì ông có rất nhiều ngành nghề kinh doanh và đã viết rất nhiều sách nổi tiếng. Nhưng hết lần này đến lần khác, ông đã dùng tiền bạc để giúp đỡ người khác.[4]

Đa số người dân Na-uy là những người không biết chữ. Nhưng họ muốn đọc Kinh Thánh và rất nhiều sách của Hauge. Điều này đã khiến các trường học phải dạy họ biết đọc biết viết. Tỷ lệ biết chữ bắt đầu leo thang.

Tiều tụy trong xiềng xích

Cho dù tất cả những thay đổi đều rất tích cực, các bậc cầm quyền của đất nước và tôn giáo đã rất phẫn nộ. Đến giới thượng lưu cũng vậy. Họ không vui khi các tầng lớp thấp hơn không còn ở đúng "chỗ" của mình nữa. Nhưng Huage và những người bạn của ông vẫn tiếp tục, ngay cả khi ông bị tống vào ngục đến mười bốn lần trong bảy năm.[5]

Ông đã hình thành một ngàn nhóm nhỏ tại nhà, họ hợp tác với Hội thánh nhà nước. Các nhóm này đã cầu nguyện và học Kinh Thánh cùng với nhau, chịu trách nhiệm giải trình cho nhau để không ai có thái độ trái với Kinh Thánh. Họ đã dám đi lại và gặp gỡ các nhóm khác của Huage.

Sự dạy dỗ Kinh Thánh của Huage đã ảnh hưởng tất cả các khía cạnh trong xã hội. Nhiều lãnh đạo xuất hiện đến nỗi họ đã trở thành các chính khách. Nhiều gia đình được xây dựng chắc chắn và các ngành nghề kinh doanh nở rộ, giúp tạo ra tầng lớp trung lưu. Số người đã biết đọc, dưới sự khích lệ của Hauge, đã khám phá tất cả các loại sách báo.

Hội thánh trở nên sống động hơn.

Cho dù chức vụ của ông đạt kết quả rất rõ ràng, Hans ngày càng trở nên tiều tụy hơn trong xiềng sích. Lần ở trong ngục cuối cùng của ông kéo dài đến tận mười năm, khi ông được thả ra, sức khoẻ của ông không còn nữa. Ông đã qua đời khi chỉ mới được năm mươi hai tuổi.

Ông không còn sống đủ lâu để nhìn thấy những kết quả từ chức vụ của mình. Ông chỉ đơn thuần làm theo mạng lệnh của Chúa Jêsus trong Ma-thi-ơ 28:19-20, dành cả cuộc đời để phân phát và xuất bản Kinh Thánh cũng như dạy dỗ người khác biết cách áp dụng Lời Chúa vào trong từng khía cạnh đời sống. Các nhóm nhỏ của ông đã giúp đỡ lẫn nhau và các Hội thánh biết đọc Kinh Thánh mỗi ngày. Họ đã thực hiện tất cả những điều này trong sự cầu nguyện.

Công tác của Hauge đóng vai trò rất lớn trong việc tạo ra một đất nước Na-uy hoàn toàn tự do. Sau khi ông qua đời, ba người học trò của ông đã tạo nên hiến pháp đầu tiên.

Cuộc đời của ông cũng cho thấy rằng chúng ta sẽ phải trả giá để chấm dứt nạn đói Kinh Thánh. Nhưng chúng ta sẽ đem đến phần thưởng đời đời cho hàng triệu người.

CHƯƠNG 13
NHỮNG CON TÀU, ĐỐI TÁC TRÊN BIỂN VÀ CHIẾC XUỒNG LỚN

Khi nói đến việc chấm dứt nạn đói Kinh Thánh, tôi tin rằng những nơi khó khăn nhất không phải là những đất nước bị cai trị bởi những kẻ độc tài chuyên chế hoặc những khu vực đang sát hại Cơ Đốc nhân. Cũng không phải là các dân tộc thiểu số trong rừng rậm Amazon, những ngôi làng xa xôi trên dãy Hi-ma-lay-a, hay là những bộ tộc du cư ở sa mạc Sa-ha-ra.

Nơi khó nhất chính là các hòn đảo ở Thái Bình Dương. Chúa Jêsus đã phán rằng: "...cho đến cùng trái đất". Từ thành Giê-ru-sa-lem, là nơi Chúa Jêsus phán những lời này, biển Thái Bình Dương chỉ cách đó nửa vòng trái đất. "Đến cùng trái đất". Thật khó để truyền giáo ở đó nhưng không phải vì họ ghét sứ điệp. Hầu hết những người sống trên các hòn đảo thường đón nhận các giáo sĩ. Nhưng chúng ta đã nhìn thấy trong chương

10, những thách thức để chinh phục các nơi xa xôi này là rất lớn.

Hãy cùng nhìn vào những dự kiện về Micronesia, Melanesia và Polynesia:

- Nằm rải rác trên biển lớn của trái đất là 1072 cư dân đang sống trên đảo và đảo san hô.
- Chỉ có 64 trong tổng số 1072 hòn đão là có bến cảng cho tàu bè cập bến.
- Nhiều sân bay và bãi đáp vẫn còn rất khó để định vị, chỉ có mặt trên 215 hòn đảo.[1]

Vài hòn đảo của Melanesia cách sân bay khoảng một trăm dặm. Pitcairn là một trong những nơi xa xôi nhất. Cả nhà tôi đã đi thuyền đến đó cùng với những người khác trên con tàu của YWAM tên là *Pacific Ruby* để làm mục vụ vào năm 1991. Những người Pitcairn là dòng dõi của những kẻ nổi loạn từ con tàu Bounty, cộng với những người phụ nữ mà họ đã dẫn theo ở Tahiti. Hòn đảo nằm rất xa về phía bờ đông nam của Thái Bình Dương. Phải mất khoảng mười ngày đi biển mới đưa được ai đó đến bệnh viện. Nếu một người dân trên đảo Pitcairn bị viêm ruột thừa, thì chắc chắn là án tử hình.

Khoảng cách xa xôi của những hòn đảo này cần phải có kế hoạch phân phát Kinh Thánh một cách rất kỹ lưỡng. May mắn thay, Chúa đã loé lên một sự thay đổi về khải tượng con tàu trong YWAM. Giờ đây, chúng tôi có hai mươi muốn con tàu, hầu hết là những chiếc rất nhỏ. Chúng là những chiếc tàu lý tưởng để cập bến vào hoàn đảo bé tí xung quanh là những rặn đá ngầm không thấy được. Khi những con tàu cập bến vào hòn đảo này, họ tập trung vào ba mục vụ chính của YWAM – truyền giáo, huấn luyện và công tác thương xót.

Thêm vào đó, chúng tôi có "đối tác trên biển", đây là chương trình dành cho những người sở hữu tàu bè cho mượn các phương tiện của họ để làm công tác giáo sĩ. Vào đầu tháng 1 năm 2015, một cơn bão đã xảy ra ở bờ biển Kona, chúng tôi đã mất đi một chiếc thuyền buồm và một nhân sự YWAM yêu dấu tên là Aaron Bremner. Bi kịch này đã đụng chạm tấm lòng của nhiều người, một vài gia đình đã dâng hiến những chiếc thuyền của họ để thay thế cho con thuyền *Hawai'i Aloha*.

Đó là lý do vì sao chúng tôi kêu gọi nỗ lực phát Kinh Thánh cho từng hộ gia đình ở Micronesia là "Dự án Aaron". Chúng tôi muốn bày tỏ lòng kính trọng đối với anh và sự tận hiến của anh dành cho Chúa và hòn đảo ở Thái Bình Dương.

Hòn đảo Lib

Vài con tàu đã được dùng để chấm dứt nạn đói Kinh Thánh ở Melanesia, phía sau bờ biển của Papua New Guinea và Micronesia. Những chiếc thuyền nhỏ có đáy không sâu lắm – không cần mực nước quá sâu – là cách duy nhất để đưa các đội vào đảo không có bãi đáp hay bến cảng.

Con tàu Captain Ann Ford của YWAM kể về đảo Lib, một trong các hòn đảo Marshall mà họ không thể thả neo đậu lại. Hòn đảo có một bãi đá ngầm nhỏ ở xung quanh. Xa hơn bãi đá ngầm của hòn đảo là một mực nước rất sâu có màu xanh đậm. Người dân không biết rõ độ sâu bao nhiêu. Xa hơn xung quanh đảo là bãi đá ngầm san hô.

Người dân đã phả làm nổ bãi đá ngầm để có một cái lỗ vừa đủ cho các xuồng máy đi vào. Khi tàu của YWAM dừng lại trên biển, thuyền trưởng Ann và một vài thuỷ thủ đã leo xuống những thuyền nhỏ do người dân trên đảo điều khiển. Họ được chở vào trong đảo, băng qua cái hố của bãi đá ngầm, vượt qua vùng biển sâu màu xanh đậm và cập bến vào bờ.

Đảo Lib cũng giống như hầu hết các hòn đảo xa xôi. Không có bác sĩ và nha sĩ. Không một ai vào thăm đảo trong vòng mười năm qua. Suốt khoảng thời gian ấy, rất nhiều dân cư trên đảo đã qua đời. Đó là lý do vì sao những con tàu đầu tiên của YWAM thường giúp đỡ về mặt y tế. Các đội gồm có bác sĩ, nha sĩ và y tác đến từ nhiều nước khác nhau để làm công tác ngắn hạn hoặc dài hạn. Giống như các giáo sĩ của YWAM, các tình nguyện viên y tế phải tự trả tiền cho những lần đi như vậy.

Trong khi các bác sĩ, y tá và nha sĩ chăm sóc cho người dân, số còn lại trong đội huấn luyện các phương án chăm sóc sức khoẻ cơ bản. Họ cũng giúp người dân tiếp nhận Chúa và phát cho họ Kinh Thánh bằng tiếng nói và bằng giấy trong tiếng mẹ đẻ của họ.

Giống như các khu vực hẻo lánh trên dãy Hi-ma-lay-a, rất nhiều người dân trên đảo biết xài điện thoại và máy tính bảng di động, cho dù họ không hề có mạng điện tử. Họ sử dụng các thiết bị ấy để lưu trữ và trao đổi phim ảnh và âm nhạc.

Các tàu của YWAM có thể sử dụng kỹ thuật LightStream mà tôi có đề cập rồi. Nó tạo ra trạm Wi-Fi để chia sẻ truyền thông trong khu vực không có mạng điện tử. Người dân trên đảo muốn được chăm sóc y tế từ các tàu cập bến. Trong khi họ chờ gặp bác sĩ, họ có thể sử dụng điện thoại di động để xem và tải về Phúc âm thông qua LightStream. Các đội cũng đem các thiết bị LightStream vào trong các làng khi họ đi dọc bờ biển để truyền giáo, dạy học, chăm sóc y tế và chơi thể thao.

Nghĩ tới chiếc xuồng lớn

Tôi đã nói về sự hiệp một chưa từng có xảy ra trong thân thể của Đấng Christ đang chuẩn bị cho con đường chấm dứt nạn đói Kinh Thánh. Một vài tổ chức truyền giáo đã cam kết dự phần vào công tác ở Thái Bình Dương. Họ đã đặt tên cho công tác này là *Wa'a* (đọc là Va-a), là tiếng của người Pô-li-nê-di để gọi "chiếc xuồng". Các tổ chức truyền giáo trong công tác Wa'a gồm có Hiệp hội Wycliffe Toàn cầu, SIL, Dự án Phim Cuộc đời Chúa Jêsus, Seed Company, Cru, Faith Comes By Hearing, Island Breeze và YWAM – đặc biệt là 4K Mapping, Trường Đại Học Các Dân Tộc và các tàu của YWAM. Những tổ chức khác cũng tham gia vào các cuộc họp khu vực nữa.

Tại sao họ lại gọi công tác này là "chiếc xuồng"?

Hàng ngàn năm về trước, người Pô-li-nê-di đã vượt qua vùng biển lớn nhất thế giới bằng xuồng, tìm kiếm sự dẫn dắt của các ngôi sao trên trời. Để làm điều này, họ phải kết ước với nhau, nương cậy sức lực của nhau, chèo xuồng một cách hài hoà và theo nhịp một cách hoàn hảo.

Đó là cách các tổ chức này hợp tác với nhau. Wa'a bắt đầu khi Wycliffe đến gặp YWAM. Wycliffe và các thành viên của hiệp hội đã gửi tới những người được đào tạo chuyên sâu, có kỷ luật cao và có đời sống tin kính. SIL, là một trong số các thành viên của hiệp hội, có rất nhiều nhà ngôn ngữ học đang làm việc trên khắp thế giới. Họ là những chuyên gia, nhưng họ vẫn cần sự giúp đỡ. Như chúng ta đã biết, công tác chuyển ngữ có thể được thực hiện nhanh hơn khi có sự giúp đỡ của các tình nguyện viên ngắn hạn đã được trang bị cơ bản.

Chúng tôi cảm thấy Chúa muốn YWAM tuyển mộ những người giúp đỡ ngắn hạn. Wa'a thích hợp với khải tượng mà Đức Chúa Trời đã ban cho chúng tôi để chấm dứt nạn đói Kinh Thánh.

Cầu nguyện lớn tiếng trên các gợn sóng

Sau khi chúng tôi kết ước đem Lời Chúa đi khắp khu vực Thái Bình Dương, một vài người trong số chúng tôi quyết định đi xuống bờ biển Kona để cầu nguyện. Cả nhóm dừng lại ở bờ biển, mặt đối diện với biển Thái Bình Dương. Ngay trên bờ biển, họ xếp hình chiếc xuồng. Họ bắt đầu cầu nguyện lớn tiếng trên các gợn sóng, xin Chúa làm mới tấm lòng của họ và khải tượng Wa'a. Họ kính mến và vâng lời Chúa bằng cả sức lực, tấm lòng, tâm trí và linh hồn.

Wa'a cũng giống như nhóm Table 71 – cả hai đã tập hợp những người đến từ các tổ chức truyền giáo khác nhau, cùng nhau hợp tác để hoàn thành Đại Mạng Lệnh. Giống như Table 71, các thành viên của Wa'a chia sẻ dữ liệu và tiến độ với nhau, né tránh việc dậm chân lên các nỗ lực của nhau. Các tổ chức bày tỏ lòng kính trọng dành cho nhau trong khi giữ vững sự tập trung và độc nhất của họ.

Điều này cũng giống như lòng kính trọng mà người dân trên đảo và những người đến thăm đảo dành cho nhau. Giống như những người chèo xuồng ngày xưa, các thành viên trong đội Wa'a làm việc hài hoà với nhau, dựa vào nhau và lệ thuộc sức lực của nhau.

Chỉ mới hình thành cách đây không lâu, vậy mà Wa'a đã bắt đầu nhìn thấy kết quả của họ.

"Đó là lý do vì sao những người trẻ tỏ ra rất hứng khởi", Ben Nonoa là một người New Zealand gốc

Samoa. "Tôi tin rằng chúng ta sẽ nhìn thấy những làn sóng giáo sĩ từ người dân trên đảo một lần nữa như họ đã từng như vậy vào năm 1839". Anh ta đang nói đến các giáo sĩ người Samoa đầu tiên. Chín năm sau khi họ đã biết Chúa, người dân đã giương buồm đi từ Vanuatu, Solomons, phía Bắc của nước Úc và Papua New Guinea. Vài người đã ngã xuống, ngay cả bị ăn thịt, nhưng nhiều người khác đã thay thế họ.

Giống như hòm giáo ước

Vae Eli là một người Samoa mang dòng máu hoàng tộc và cũng là nhân sự YWAM. Ông đã làm giáo sĩ ba mươi năm ở châu Âu, châu Á, Thái Bình Dương và Bắc Mỹ. Nhưng Vae nói rằng ông không hề biết về tình trạng thiếu thốn Kinh Thánh ở quê hương mình. Sau đó, ông nghe nói về đất nước Vanuatu có đến mười một ngôn ngữ chưa có Lời Chúa. Đảo Solomon có đến mười bốn ngôn ngữ chưa có Kinh Thánh. Vae nói rằng các nhóm dân tộc này giống như họ hàng của mình, nhưng ông lại không biết về nhu cầu của họ.

Sau khi Vae đã biết được điều đó. Samoa đã từng là nơi không có Lời Chúa. Các giáo sĩ đã tạo ra bảng chữ cái và hệ thống chữ viết, rồi chuyển ngữ Kinh Thánh cho tổ tiên của Vae. Ông đã không thể đọc được Kinh Thánh nếu họ không đến! Họ không chỉ giúp tổ tiên của ông có được quyển sách vĩ đại nhất thế giới. Các giáo sĩ còn dạy họ biết đọc. Bây giờ, Vae đã biết được câu chuyện của mình. Tất cả những người Samoa đều biết. Họ có thể gìn giữ văn hoá và thân phận của mình với tư cách một dân tộc.

Vae đã khóc nhiều ngày sau khi biết được điều này. Ông và vợ là Julie đã rời khỏi mục vụ giữa vòng các bộ tộc Anh-điêng ở Canada. Họ quay về Thái Bình Dương để giúp chấm dứt nạn đói Kinh Thánh.

Vae nói hầu hết mọi người đều không hiểu về tầm quan trọng của Kinh Thánh. Chính sự hiểu biết ấy đã làm ông sững sốt khi về thăm ngôi làng ở Vanuatu là nơi mà người dân bản địa đã nhận được quyển Kinh Thánh đầu tiên. Hàng trăm người đã tổ chức ăn mừng. Các tù trưởng và các chiến binh tự trang điểm cho mình bằng lông chim và đồ nữ trang bằng vỏ sò, hạt và những mảnh xương. Họ ca hát và nhảy múa trong sự vui mừng. Sau đó, đang lúc hát hò, những chiến binh trẻ tuổi mang quyển sách quý giá ấy trong một cái hộp, xuyên vào những thanh gỗ để mang trên vai – giống như hòm giao ước. Đức Chúa Trời đang ở giữa họ và phán dạy họ qua quyển sách của Ngài.

Có được Lời Chúa trong tiếng mẹ đẻ của mình là một điều vô giá. Giống như Vae đã nói, công tác chuyển ngữ Kinh Thánh không chỉ là hoàn thành một dự án. Mà giống như Đức Chúa Trời đang phán với dân tộc ấy rằng: "Ta đang ở giữa các ngươi. Ta đang nói bằng tiếng của các ngươi".

CHƯƠNG 14
MÓN QUÀ TRÍ TUỆ

Chúng ta cần phải chấm dứt nạn đói Kinh Thánh – trong thế giới của chúng ta, các dân tộc của chúng ta, cộng đồng của chúng ta, gia đình của chúng ta và chính bản thân chúng ta.

Phải. Ngay cả chính bản thân chúng ta.

Chúng ta có thể lắp đầy kệ sách bằng những quyển Kinh Thánh. Chúng ta có thể lưu trữ nhiều bản dịch Kinh Thánh trong điện thoại. Chúng ta có thể theo dõi các giáo sư Kinh Thánh tầm cỡ thế giới trên kênh YouTube hoặc đâu đó trên mạng điện tử. Chỉ cần vài cú đúp chuột thì có thể mở ra nhiều phần chú giải để thêm vào mớ kiến thức tiếng Hê-bơ-rơ và tiếng Hy-lạp. Nhưng nếu chúng ta không có thì giờ suy gẫm Lời Chúa, nếu chúng ta không cầu xin Đức Thánh Linh phán với mình, nếu chúng ta chỉ đọc Kinh Thánh vì đó là nghĩa vụ hoặc với thái độ thờ ơ, chúng ta có thể tự biến mình trở thành hạng người nghèo đói Kinh Thánh.

Chúng ta đã nhìn thấy sự phớt lờ Kinh Thánh đang lớn dần hơn, ngay cả trong vòng những người đang đi nhà thờ mỗi Chúa Nhật. Văn hoá hiện đại dạy con người cả tuần biết xem phim, lướt mạng, phỏng vấn người nổi tiếng, lắng nghe bài diễn văn mang tính chính trị, hệ thống trường học, giới kinh doanh, bình luận tin tức... Danh sách này cứ ngày một dài hơn. Làm thế nào chúng ta mong đợi một bài giảng chỉ kéo dài hai mươi phút mỗi tuần có thể giúp chúng ta hiểu rõ Kinh Thánh, đặc biệt là khi văn hoá hiện đại ngày nay đang đi ngược lại với nhữn gì xảy ra 24/7?

Một nghiên cứu gần đây của nhóm Barna cho biết rằng có một sự chối bỏ đức tin trong vòng những người Mỹ. Tỷ lệ phần trăm những người đứng tuổi nói rằng Kinh Thánh không phải là quyển sách thiêng liêng nữa đã tăng gấp đôi trong vòng sáu năm qua. Những người trẻ ngày nay hầu hết đều tỏ ra đa nghi, trong đó có khoảng 22 phần trăm nói rằng Kinh Thánh không phải là quyển sách thiêng liêng.[1] Chúng ta phải làm gì với điều này đây?

Yêu Chúa và Lời của Ngài

Trước giả Thi Thiên nói với chúng ta cách để đứng vững trong một xã hội đang từ bỏ Chúa. Trong hai câu đầu tiên của Thi Thiên 1, ông nói rằng chúng ta không nên theo mưu kế của kẻ dữ và đứng trong đường tội nhân. Chúng ta không nên ngồi chỗ của kẻ nhạo báng. Chúng ta cũng đừng ngồi im lặng trong khi người khác phỉ báng Đức Chúa Trời. Thay vì thế, chúng ta nên vui vẻ về luật pháp của Ngài, suy gẫm và cầu nguyện về luật pháp ấy ngày và đêm.

Chúng ta cũng nên dành thời gian cho những đam mê của mình. Khi chúng ta dầm mình trong Lời Chúa, hãy nhờ cậy Đức Thánh Linh để nhận được sự mặc khải tươi mới, chúng ta sẽ tìm được niềm vui càng hơn trong Lời Chúa. Kết quả là chúng ta sẽ yêu Chúa càng hơn nữa. Đây cũng là cách để chúng ta bắt đầu thay đổi thế giới của mình. Điều này quá rõ ràng phải không? Chúng ta không thể chia sẻ những gì mình không có. Chúng ta không thể nhìn thấy nền văn hoá của mình được biến đổi nếu bản thân chúng ta không tiếp tục ở trong sự biến đổi.

Điều quan trọng là hãy suy gẫm các phần Kinh Thánh dạy về những nguyên tắc liên quan đến các khía cạnh trong đời sống cộng đồng nhất. Vì đó là những mục tiêu mà kẻ thù thường tìm cách tấn công.

Bảy khía cạnh

Trong kỳ nghỉ dưỡng của gia đình ở bên kia sườn núi Rockies của Colorado, tôi đang tìm kiếm Chúa, cầu xin Ngài chỉ dẫn cách để chúng ta có thể vâng theo mạng lệnh của Chúa Jêsus trong Ma-thi-ơ 28:19-20 vào năm

1975. Đó cũng là giai đoạn nước Mỹ đang từ bỏ những nguyên tắc Kinh Thánh với tốc độ đáng lo ngại. Các dân tộc khác cũng vậy.

Tôi cầu nguyện rằng: "Chúa ơi, chúng con phải dạy một dân tộc như thế nào đây?" Chúng ta phải thực hiện công tác môn đồ hoá. Nhưng chúng ta phải làm thế nào đây trong khi có quá nhiều thứ đang huỷ phá các nền tảng kiên cố?

Chúa đã cho tôi một ý tưởng. *Có bảy lớp học là những cách hiệu quả nhất để ảnh hưởng một cộng đồng hay một dân tộc.* Tôi chưa từng nghe đến khái niệm này bao giờ, nhưng tôi chộp lấy tờ giấy màu vàng và một cây viết rồi ghi lại thật nhanh.

"Lớp học" đầu tiên là gia đình; thứ hai là giáo dục; thứ ba là chính quyền; thứ tư là truyền thông; thứ năm gọi là "giải trí" – tức là nghệ thuật, giải trí và thể thao; thứ sáu là nền kinh tế tức là khoa học, kỹ thuật, y tế và thương trường; còn thứ bảy là các thể chế tôn giáo.

Sau đó, chúng tôi đã thấy những điều này được đề cập trong Kinh Thánh một cách rất khôn ngoan và có những chỉ dẫn cho từng hạng mục nữa. Chúng tôi còn gọi những điều này là "khía cạnh" thay vì "lớp học". Nhưng vào mùa hè năm 1975, tôi đã biết được bảy khía cạnh đó nói công tác huấn luyện, tức là môn đồ hoá muôn dân.

Khi tôi viết xong danh sách này, một người kiểm lâm chạy đến gần khu nhà gỗ nhỏ của chúng tôi. "Ông Cunningham, có một cuộc điện thoại đang chờ ông ở trạm kiểm lâm. Cách đây chừng bảy dặm". Khi tôi về tới trạm, tôi biết được cuộc gọi đến từ người thư ký của Bill Bright. Bill là người sáng lập tổ chức Chinh phục Sinh viên cho Đấng Christ (Cru). Ông muốn mời Darlene và tôi đến gặp ông và vợ là Vonnette vào ngày mai ở Boulder.

Thế là, chúng tôi bay qua các dãy núi. Khi tới nơi, tôi mừng vì mình đã chọn áo vét xanh. Tôi biết Bill luôn muốn có một cái. Ông cũng không bao giờ xuất hiện ở nơi công cộng mà không đeo cà vạt.

Khi chúng tôi chào nhau, tôi thò tay vào túi áo lấy tờ giấy màu vàng ra. Danh sách có bảy khía cạnh. Nhưng trước khi tôi mở tờ giấy ra, Bill cũng lấy ra một mảnh giấy màu trắng.

"Loren ơi, hãy xem điều Chúa vừa phán với tôi!"

Tôi nhìn vào danh sách của ông mà bất ngờ. Lời lẽ có khác một chút, nhưng ông cũng có những hạng mục giống như của tôi. Đây là cách Chúa muốn chúng ta ảnh hưởng từng quốc gia.

Ba tuần sau đó, Darlene lắng nghe Tiến sĩ Francis Schaffer trên đài truyền hình. Ông đang nói về bảy khía cạnh giống như vậy đang hiện hữu trong từng quốc gia.

Vì ý tưởng về bảy khía cạnh này đã được bày tỏ cho những người khác trong thân thể của Đấng Christ. Vài người gọi là "Bảy ngọn núi". Điều rõ ràng là Chúa muốn con cái của Ngài hiểu về khái niệm này một lần nữa trong thời điểm hiện tại của lịch sử.[2]

Hans Nielsen Hauge cũng hiểu điều này. Ông đã

chứng minh được Kinh Thánh có câu trả lời cho từng khía cạnh trong đời sống. Ý tưởng đó đã thay đổi đất nước Na-uy một cách ngoạn mục. Các tín hữu thuộc các nhóm nhỏ của Hans cũng khám phá được rằng: vai trò lãnh đạo, kiến thức và biết đọc biết viết đã gia tăng tương ứng với sự hiểu biết về Kinh Thánh.

Đời sống của chúng ta và các dân tộc sẽ được phước khi chúng ta trở thành môn đồ và thực hiện công tác môn đồ hoá trong bảy lĩnh vực này.

Có Kinh Thánh vẫn chưa đủ

Phải, Kinh Thánh là câu trả lời. Nhưng chúng ta cũng cần Đức Thánh Linh để dẫn dắt chúng ta hiểu biết Lời Chúa. Chúng ta cần Ngài ban cho chúng ta sự mặc khải. Điều này vượt xa các hệ thống đào tạo hay giáo dục. Chúng ta cần lắng nghe tiếng phán của Ngài khi đọc Lời của Ngài. Bạn có thấy Lời Chúa trở nên nổi bật hơn khi đọc Kinh Thánh không? Đó thường là cách Đức Thánh Linh ghi khắc Lời của Ngài vào trong tấm lòng của bạn.

Kinh Thánh "chẳng hề có lời tiên tri nào là bởi ý một người nào mà ra, nhưng ấy là bởi Đức Thánh Linh cảm động mà người ta đã nói bởi Đức Chúa Trời" (2 Phi-e-rơ 1:21). 2 Ti-mô-thê 3:16 chép rằng: "Cả Kinh thánh đều là bởi Đức Chúa Trời soi dẫn. Có ích cho sự dạy dỗ, bẻ trách, sửa trị, dạy người trong sự công bình". Đó là cách con người viết ra Kinh Thánh. Họ được Đức Thánh Linh cảm động và Đức Chúa Trời đã hà hơi vào Lời của Ngài. Cũng vậy, chúng ta cần Đức Thánh Linh cảm động khi đọc Lời của Ngài. Chúng ta cần Đức Chúa Trời hà hơi để hiểu được và áp dụng Lời ấy.

Mặc còn lại của đồng tiền cũng đúng nữa. Nếu chúng ta không nhờ cậy Đức Thánh Linh khi đọc Lời Chúa, thì chúng ta có thể hiểu sai, hoặc là sẽ tự lừa dối mình. Kinh Thánh cảnh báo rằng: "vì chữ làm cho chết, song Thánh Linh làm cho sống" (2 Cô-rinh-tô 3:6). Kinh Thánh là tốt lành. Nhưng nếu bạn suy gẫm Kinh Thánh mà không có Đức Thánh Linh, kết quả sẽ là luật pháp và khô hạn. Đó là lý do vì sao chúng ta phải suy gẫm Lời Chúa trong tinh thần cầu nguyện.

CHƯƠNG 15
SỰ HUẤN LUYỆN KHÁC THƯỜNG

Chúng ta cần sự chỉ dẫn của Chúa khi huấn luyện người khác. Nếu không, chúng ta sẽ nhờ cậy sự giáo dục riêng của mình, dạy lại theo như những diễn giả đã dạy chúng ta. Chúng ta sẽ bỏ lỡ cách Chúa muốn dùng chúng ta trong thời kỳ hay thay đổi này. Chúng ta muốn dạy những lẽ thật đời đời bằng những cách mới. Chỉ có Chúa mới có thể giữ chúng ta ở thế vượt trội. Ngài không bao giờ ngạc nhiên trước những thay đổi.

Nương cậy Chúa để nhận lãnh sự mặc khải còn hơn là tin cậy những lối mòn là điều rất quan trọng khi chúng ta thực hiện công tác huấn luyện xuyên văn hoá. Đức Thánh Linh không bao giờ bị sốc văn hoá. Ngài biết từng nền văn hoá của mỗi *ethnē* trên hành tinh này ngay tức thì. Ngài sẽ ban cho chúng ta cách tiếp cận sinh viên của mình thật đúng đắn.

Khi Chúa dẫn dắt chúng tôi thành lập Trường Đại

Học Các Dân Tộc, chúng tôi phải nhờ cậy sự chỉ dẫn của Đức Thánh Linh. Chúng tôi bắt đầu một trường đại học chẳng giống ai. Đó quả là thời điểm cần phải có bầu da mới để chứa rượu mới (Ma-thi-ơ 9:17).

Một chương trình chẳng giống ai

Chúa đã chỉ dẫn chúng tôi trong ơn của Ngài vào những năm tháng xây dựng nền tảng. Ngài đã ban phước cho những nỗ lực của chúng tôi rồi khiến chúng tôi đối diện với những thách thức lớn hơn, làm cho chúng tôi phải vận dụng hết sức của mình.

Trong suốt những năm tháng đầu tiên của trường đại học, Chúa đang kêu gọi chúng tôi làm một điều mà không ai trong chúng tôi có kinh nghiệm hay được trang bị về mặt học thuật. Chúng tôi cầu xin Ngài bày tỏ một cách chi tiết. Chúng tôi phải tổ chức các khoá học như thế nào đây? Chúng tôi cần phải xây dựng những yêu cầu về mặt thuộc linh và học thuật như thế nào? Chúng tôi phải làm sao để Chúa Jêsus luôn là trọng tâm trong từng khoá học, chứ không phải là những thể chế tôn giáo nào đó?

Chúng tôi không thể kể hết những đặc điểm độc nhất mà Chúa đã phán với chúng tôi để xây dựng Trường Đại Học Các Dân Tộc.[1] Nhưng tôi sẽ chia sẻ một sự chỉ dẫn mà Ngài đã bày tỏ với chúng tôi về Trường Huấn Luyện Môn Đồ (DTS).

Chúa đã khiến chúng tôi để ý tới 2 Phi-e-rơ 1:5 mà vị sứ đồ đã chia sẻ về sự cải đạo của mình rằng: "phải gắng hết sức thêm cho đức tin mình sự nhân đức, thêm cho nhân đức sự học thức". Chúng tôi để ý tới thứ tự mà Phi-e-rơ đã sắp đặt trong câu Kinh Thánh này. Đầu tiên, sinh viên của chúng tôi phải có đức tin – tức là chọn tin cậy vào Đức Chúa Trời, để lắng nghe và làm theo Lời của Ngài. Tiếp theo, họ phải thêm cho mình sự nhân đức – tức là họ phải thành thật trước mặt Chúa Jêsus, trở nên giống Ngài hơn. Cuối cùng, họ phải sẵn sàng thêm lên sự học thức.

Lấy thí dụ về trường đầu vào, tức là DTS. Khi ai đó muốn đăng ký học Trường Đại Học Các Dân Tộc hay muốn trở thành nhân sự làm việc với chúng tôi, người đó phải trước hết học DTS.

Chúng tôi hiện đang tổ chức gần hai ngàn DTS trên bảy trăm địa điểm của 160 quốc gia, dạy dỗ các sinh viên trong khoảng một trăm ngôn ngữ. Trong suốt quá trình học, các sinh viên phải biết Chúa rõ ràng hơn và phải giúp người khác biết Ngài. Họ được dạy lắng nghe tiếng Chúa bằng cách vâng phục Đức Thánh Linh và lắng nghe Ngài. Khi họ bước từng bước vâng phục, họ biết được rằng Đức Chúa Trời là Đấng thành tín tiếp trợ mọi nhu cầu và mở ra những cánh cửa cho họ.

Cám dỗ đầu tiên

Thật sai lầm khi bắt đầu với kiến thức mà không phải là đức tin và đạo đức. Đó là cám dỗ đầu tiên trong vườn Ghết-sê-ma-nê. Con rắn muốn họ có được kiến thức để trở nên "như Đức Chúa Trời" (Sáng thế ký 3:5). Người ta thường nói rằng kiến thức là sức mạnh. Nhưng nếu chúng ta có kiến thức mà không có đức tin và đạo đức, thì chúng ta sẽ sử dụng sức mạnh đó một cách sai trật.

Các phẩm chất được sắp đặt có thứ tự trong 2 Phi-e-rơ 1:5 là lý do vì sao chúng tôi yêu cầu các sinh viên Trường Đại Học Các Dân Tộc phải hoàn thành DTS trước tiên. Sau đó, chúng tôi giới thiệu các khoá học để thêm lên kiến thức cho đức tin và đạo đức. Chúng tôi có hơn năm trăm khoá học nâng cao, các hội thảo và những chương trình bồi linh đào tạo trong bảy lĩnh vực xã hội. Nhưng tất cả đều bắt đầu bằng đức tin và đạo đức.

Bước vào Kinh Thánh

Trong khi mỗi khoá học của Trường Đại Học Các Dân Tộc được hình thành dựa trên Lời Chúa, một vài khoá học tập trung toàn bộ vào Kinh Thánh. Có rất nhiều khoá học rất hay, nhưng tôi sẽ nói đến hai khoá học sẽ cho bạn thấy được những cách mới mẻ để tiếp cận Lời Chúa.

Trường Nghiên Cứu Kinh Thánh (SBS), các sinh viên đọc hết toàn bộ Kinh Thánh, lập dàn ý theo thứ tự niên đại, nghiên cứu từng câu Kinh Thánh đến năm lần, viết ra một ngàn ba trăm dàn ý bài giảng và vẽ ra một biểu đồ cho toàn bộ Kinh Thánh. Hoàn thành chương trình huấn luyện như thế là một thành tựu đáng nể, điều quan trọng hơn là ở trong quá trình *baptizo* – tức là dầm mình trong Lời Chúa. Các khoá học SBS này hiện đang có mặt trong bốn mươi ngôn ngữ.

Một trường khác đó là Word by Heart, đây là một cách để kinh nghiệm Kinh Thánh hoàn toàn khác biệt. Hãy nghĩ thử xem, một trường Kinh Thánh kết hợp với trường kịch nghệ. Thay vì học thuộc lòng bằng cách lặp đi lặp lại, các sinh viên phải dấn thân vào câu chuyện. Họ phải thuộc lòng một sách Phúc âm, thí dụ như sách Lu-ca, rồi trình bày sách ấy bằng cách đóng kịch, theo đúng từng chữ một, chỉ một người kể lại mà thôi. Các trường học Word by Heart hiện đang được lan rộng ra đến sáu châu lục.

Khi tôi mới nghe về phần trình bày đầu tiên của trường Word by Heart, tôi cảm thấy mình đang đi trên con đường trong thành phố Giê-ru-sa-lem hai ngàn năm về trước, gặp gỡ Chúa Jêsus cùng với đám đông.

Từ văn hoá này đến văn hoá khác và từ lĩnh vực này đến lĩnh vực khác

Tất nhiên, chúng tôi không chỉ là những người đang giúp chấm dứt nạn đói Kinh Thánh bằng phương pháp giáo dục. Chúa Jêsus dạy các môn đồ của Ngài những khái niệm đã làm đảo lộn đời sống của họ. Hội thánh đã bắt đầu thực hiện công tác huấn luyện ngay từ lúc mới thành lập rồi.

Trong thời đại của chúng ta, các mục vụ đặc biệt đã giới thiệu chương trình học Kinh Thánh cho rất nhiều lĩnh vực của xã hội. Một trong những khoá học tuyệt vời nhất đó là Chương trình Alpha. Nó được thiết kế "để giới thiệu niềm tin Cơ Đốc"[2] cho những người không đi nhà thờ và Cơ Đốc nhân mới tin Chúa. Một cặp vợ chồng mời mọi người đến dự bữa tối. Họ nói với các khách mời trước khi đến dự rằng những câu hỏi của họ về Cơ Đốc giáo sẽ được giải đáp. Vì cách tiếp cận rất thận thiện và nồng hậu, cho nên Chương trình Alpha đã dẫn dắt nhiều người tiếp nhận Chúa và làm tăng trưởng Hội thánh.

Mười ngàn Chương trình Alpha đang được vận hành ở 110 quốc gia. Nó nhanh chóng lan rộng đến các nhà tù, thương trường và trường học; ở Mỹ, chương trình Alpha được dùng ở hơn mười ngàn Hội thánh và hơn bốn mươi tám hệ phái, từ Công giáo cho đến Ngũ tuần.[3] Ở nước Anh, là nơi bắt nguồn của Chương trình Alpha, đã có tới 1,5 triệu người Anh tham gia.

Tất nhiên, học Kinh Thánh đều có sự khác nhau từ nền văn hoá này đến nền văn hoá khác và từ lĩnh vực này đến lĩnh vực khác trong xã hội. Khi chúng ta nói đến việc chấm dứt nạn đói Kinh Thánh bằng phương pháp giáo dục, chúng ta đang bao gồm tất cả mọi người.

Những khác biệt đáng lưu ý vẫn đang tồn tại đó là: văn hoá, đô thị khác với các vùng hẻo lánh, hệ thống niềm tin trước khi biết về Đấng Christ, tất nhiên là cũng có ngôn ngữ nữa. Một vài nhóm dân tộc đã có Kinh Thánh trong tiếng mẹ đẻ của họ từ nhiều thế kỷ trước. Các nhóm dân tộc khác chỉ mới có đầy thôi. Đó là vì sao mỗi người chúng ta phải cầu xin Chúa bày tỏ cách để hoàn thành sự kêu gọi mà Ngài đã ban cho chúng ta.

Để chấm dứt nạn đói Kinh Thánh, chúng ta cần toàn bộ thân thể của Đấng Christ. Cho dù bạn đang liên hệ với các lĩnh vực nào trong xã hội nhiều nhất, bạn vẫn có thể làm gì đó. Chúa đã ban cho bạn có được kinh nghiệm, tài năng hay ân tứ gì? Hãy cầu xin Ngài cho bạn biết vai trò của bạn. Có rất nhiều cơ hội để bạn dự phần.

Biết đọc biết viết với tốc độ chóng mặt

Câu chuyện này có thể khó tin, nhưng tôi đã thấy điều này xảy ra. Đó là phép lạ có một không hai.

Một vài nhân sự của chúng tôi, bao gồm cả David Hamilton, một lãnh đạo lâu năm của YWAM và cũng là phó chủ tịch quốc tế trong công tác Cải tiến Chiến Lược tại Trường Đại Học Các Dân Tộc, vẫn đang nghiên cứu về nan đề không biết đọc của hàng trăm triệu người. Điều này có nghĩa là họ không thể đọc Kinh Thánh hoặc tiếp cận các bài chú giải từ những người nam và người nữ của Đức Chúa Trời. Họ không thể sử dụng mạng điện tử hoặc ghi lại lịch sử của mình. Hơn hết, họ không thể phát triển những khả năng mà Chúa ban cho họ. Điều này khiến họ vẫn còn sống trong sự nghèo đói. Họ cảm thấy thấp kém.

Đội của David đã gặp nhau để nghiên cứu và cầu nguyện về vấn đề này trong sáu năm qua. Họ biết rõ vấn nạn mù chữ của thế giới, họ không tìm ra được giải pháp.

Vài năm trước, trong cuộc họp lãnh đạo ở Kona, chúng tôi đang lắng nghe Chúa.

Khi chúng tôi cầu nguyện trong im lặng, tôi nghĩ tới những gì David đang băn khoăn. Tôi cảm thấy phải đến gần đặt tay lên đầu của anh. Những người khác cùng với tôi cầu xin Chúa ban cho anh một sự đột phá thật mạnh mẽ. Chúng tôi cầu xin Chúa ban cho David một từ thật sáng tạo.

Ngay khi chúng tôi cầu nguyện, Chúa "tức thì" ban cho David một điều gì đó. Đó là một hệ thống chữ viết hoàn toàn mới. Nó tức thì xuất hiện trong tâm trí của ông, toàn bộ kế hoạch, phải thực hiện như thế nào, làm thế nào điều này có thể áp dụng cho từng ngôn ngữ.

Một hệ thống chữ viết mang tính cách mạng

Không lâu sau, David bắt đầu làm việc với những người khác để phát triển hệ thống này. Edson và Marcia dos

Santos Suzuki cũng là những thành viên trong đội. Họ là những nhà ngôn ngữ học kỳ cựu đã giải mã các thứ tiếng của các dân tộc thiểu số bản địa trong rừng Amazon hơn hai mươi năm. Họ bắt đầu phát triển một hệ thống mà Chúa đã ban cho David.

Họ đặt tên cho hệ thống đó là UniSkript.[4] Đó là hệ thống đều tiên có thể tối giản bảy ngàn ngôn ngữ bằng tiếng nói, bằng chữ và không có chữ viết trên thế giới thành một phép chính tả rất dễ sử dụng. Phép chính tả là "những âm thanh tiêu biểu của một ngôn ngữ bằng chữ viết hoặc bằng các biểu tượng".[5]

UniKript là một hệ thống ngôn ngữ mang tính cách mạng trên thế giới. Không có ngôn ngữ đã có chữ viết nào trong lịch sử sử dụng những nét chữ cho thấy cách sử dụng môi miệng, vòm miệng và cổ họng để phát âm.[6] UniKript làm được điều này. Người ta nhìn vào các biểu tượng và ngay lập tức biết được cách phát âm ngay. Khi họ phát âm các biểu tượng này, họ sẽ nhận ra một trong các từ ngữ của họ. Họ tiếp tục với các biểu tượng khác rồi nói ra những từ đó. Chẳng mấy chốc họ đang đọc chính ngôn ngữ của mình. Trực giá mách bảo điều đó. Chúng tôi gọi nó là "biểu tượng-âm vị-lô gíc". Những biểu tượng là "biểu tượng" cho thấy âm thanh được phát ra từ bộ phận nào của thân thể. "Âm vị" cho thấy cách âm thanh được tạo ra. Phải có tính "lô-gíc". Tức là có ý nghĩa. Mọi người có thể nhận ra ngay lập tức.

Các trường đại học hiện đang khám phá UniSkript,

một sự cải tiến mà Đức Chúa Trời đã ban cho trong tích tắc. Chúng tôi có tám mươi bốn tấm bằng sáng chế về UniSkript. Luật sư bảo hộ quyền sở hữu trí tuệ nói rằng ông chưa bao giờ giải quyết điều gì tuyệt vời đến như vậy. Ông nói rằng: "Điều này còn tuyệt vời hơn tất cả tôn giáo trên thế giới gộp lại!"

Tôi không chắc về đánh giá của ông, nhưng UniSkript đã được thử nghiệm trên sáu châu lục với hơn ba mươi thứ tiếng. Những bài kiểm tra này đã cho thấy rằng những ai sử dụng UniSkript có thể dạy người khác đọc bằng tiếng mẹ đẻ của họ trong vòng hai tuần hoặc ít hơn thế nữa.

Rất nhiều người nhận ra khả năng mang tính cách mạng của công thức này. Nhưng chúng tôi biết rằng Đức Chúa Trời đã ban cho công thức UniSkript nhằm chấm dứt nạn mù chữ và nạn đói Kinh Thánh để hoàn thành Đại Mạng Lệnh.

CHƯƠNG 16
TIẾP CẬN LỜI CHÚA

Trước khi chúng ta nhìn thấy sự biến đổi trong cộng đồng, đô thị và đất nước của mình, chúng ta phải thay đổi bản thân mình trước đã. Sự biến đổi bắt đầu từ chúng ta.

Kinh Thánh không chỉ là quyển sách hay một ứng dụng nào đó. Mà chính Đức Chúa Jêsus bày tỏ tấm lòng của Ngài với chúng ta, đối đã chúng ta giống như bạn hữu của Ngài. Chính vì những điều đó mà chúng ta gặp gỡ Đức Chúa Trời hằng sống. Khi chúng ta mở Kinh Thánh và phơi bày tấm lòng của mình ra trước mặt Đức Thánh Linh, chúng ta bắt đầu được thay đổi. Sứ đồ Phao-lô đã so sánh Kinh Thánh giống như việc được đi tắm như sau: "Đấng Christ đã yêu Hội thánh, phó chính mình vì Hội thánh, để khiến Hội nên thánh sau khi lấy nước rửa và dùng Đạo làm cho Hội tinh sạch" (Ê-phê-sô 5:25-26).

Chúng ta cũng có thể nghĩ tới Kinh Thánh giống

thanh gươm ánh sáng trong bộ phim *Star Wars* vậy, trừ diệt những thứ không cần thiết. "Vì lời của Đức Chúa Trời là lời sống và linh nghiệm, sắc hơn gươm hai lưỡi, thấu vào đến đỗi chia hồn, linh, cốt, tủy, xem xét tư tưởng và ý định trong lòng" (Hê-bơ-rơ 4:12).

Khi chúng ta mở lòng và mở trí của mình ra để tiếp nhận Lời Chúa, chúng ta trở nên những tạo vật mới. Chúng ta học cách nhận biết Ngài và trở thành bạn hữu của Ngài. Chúng ta không muốn làm buồn lòng Ngài. Đó là động cơ đúng đắn để có sự thay đổi. Khi vợ của Phô-ti-pha muốn gài bẫy Giô-sép để lên giường với ông, Giô-sép không đắn đo trước việc mất đi vị thế hay danh dự của ông. Ông được cảnh tỉnh trước suy nghĩ phạm tội nghịch cùng Đức Chúa Trời vì Ngài là bạn của ông (Sáng thế ký 39:9).

Đó là lúc sự biến đổi xảy ra. Giống như tâm trí của bạn được kết nối với một hệ thống đường dây điện vậy. Thay vì chỉ sống cho bản thân mình, thì bạn muốn sống cho Chúa. Phao-lô mô tả quá trình này như sau: "Đừng làm theo đời này, nhưng hãy biến hóa bởi sự đổi mới của tâm thần mình, để thử cho biết ý muốn tốt lành, đẹp lòng và trọn vẹn của Đức Chúa Trời là thể nào" (Rô-ma 12:2).

Giải độc tâm thần

Danny Lehmann, một người bạn thân của tôi, đã trở thành giáo sĩ của YWAM từ năm 1980. Ông đã từng lướt sóng và vui chơi trên bãi biển California. Cũng giống như rất nhiều người trẻ vào năm 1970, ông đã huỷ hoại tâm trí và thân thể của mình bằng ma tuý.

Một ngày nọ, Danny đang lướt sóng ở bãi biển Hook Beach tại Santa Cruz. Hai người trẻ đẹp gặp ông trên bãi biển và tặng ông một quyển truyền đạo đơn. Sau khi tìm được nơi vắng vẻ, ông đọc quyển sách và dâng cuộc đời cho Chúa Jêsus. Ông rất cảm động vì biết rằng mình được Chúa tha thứ tội lỗi và có được đời sống mới. Nhưng có một vấn đề. Ông biết linh hồn mình đã được cứu rỗi, còn tâm trí và thân thể của ông vẫn còn lệ thuộc vào ma tuý.

Danny lao mình vào việc đọc Lời Chúa mỗi ngày. Ông bắt đầu nghi nhớ các phân đoạn quan trọng. Ông càng đọc và học thuộc lòng, ông càng muốn đọc thêm nữa. Ông nói rằng Kinh Thánh đang làm sách bộ não của ông, khiến tư tưởng của ông rõ ràng hơn và phục hồi lại trí nhớ của ông. Thói quen sử dụng ma tuý không còn nữa, ông cũng dừng luôn việc uống rượu. Khi ông tiếp tục học thuộc lòng các phần đoạn Kinh Thánh, tâm trí của ông bắt đầu được chữa lành và thân thể của ông lấy lại sức lực. Ông được biến đổi.

Bây giờ, Danny là một người làm chứng về Chúa rất sốt sắng và cũng là một lãnh đạo đầy thuyết phục, ông đã thúc đẩy và huấn luyện hàng ngàn người trẻ quốc tế mỗi năm. Ông giữ vị trí chủ nhiệm Uỷ ban Mục vụ Cơ

Đốc tại Trường Đại Học Các Dân Tộc. Ông vẫn còn giữ quyển truyền đạo đơn mà hai người trẻ đã tặng ông trên bãi biển nhiều năm về trước.

Cựu Tổng chưởng lý John Ashcroft là một người quen biết với tôi. Cha của ông đã khích lệ tôi trong thời kỳ khó khăn không lâu sau khi chúng tôi bắt đầu Thanh Niên Với Sứ Mạng.

Mới đây Ashcroft đã nói rằng: "Nếu chúng ta đặt Lời Chúa trong miệng của mọi người, thì Lời của Ngài sẽ tìm được cách đi vào lòng của họ. Một khi Lời Chúa ở trong lòng họ, thì Lời của Ngài sẽ tìm được cách thúc đẩy đôi tay và đôi chân".[1] Khi sự biến đổi xảy ra trong cuộc đời của người này đến người khác, trong tấm lòng của họ cho đến đôi tay và đôi chân, thì một sự phấn hưng thuộc linh bắt đầu xảy ra. Sực lực tăng dần lên. Giống như nguồn sức mạnh làm dậy cơn sóng khổng lồ. Không phải sóng biển có khả năng ập vào bờ. Mà chính là nguồn sức mạnh đã tạo nên cơn sóng biển.

Đức Thánh Linh là Đấng ban cho nguồn năng lượng ấy, chính Ngài tạo nên những làn sóng. Lời Chúa chép rằng: "Ấy chẳng phải là bởi quyền thế, cũng chẳng phải là bởi năng lực, bèn là bởi Thần ta" (Xa-cha-ri 4:6). Chúng ta không thể tạo nên những làn sóng, nhưng chúng ta có thể cưỡi trên những con sóng. Chẳng mấy chốc, những làn sóng sẽ làm ngập cả thế giới, giống như khải tượng mà tiên tri Ha-ba-cúc đã nhìn thấy (Ha-ba-cúc 2:14).

Kinh nghiệm câu chuyện đầy kịch tính của Đức Chúa Trời

Chúng tôi đã nhìn thấy cách Đức Chúa Trời cảm động những người trẻ tạo ra sự cải tiến để đẩy mạnh công tác vĩ đại này. Nhờ có phương tiện kỹ thuật, Đức Chúa Trời đã làm cho Lời Chúa lan rộng cả thế giới thật dễ dàng và nhanh hơn rất nhiều.

Những sự cải tiến khác cho phép chúng ta kinh nghiệm Kinh Thánh một cách mới mẻ. Ứng dụng SourceView của Kinh Thánh được phát minh để hỗ trợ các sinh viên học Lời Chúa. Ứng dụng này cũng dành cho thanh niên và người lớn. Những quyển Kinh Thánh như thế mở ra nhiều cách mới mẻ để kinh nghiệm Lời Chúa.

Điều đầu tiên trong ứng dụng SourceView sử dụng màu sắc và cách sắp xếp để cho chúng ta biết ai đang nói trong phân đoạn. Có người nói rằng họ đang xem một bộ phim có phụ đề. Câu chuyện được diễn ra ngay trước mắt và có trọng tâm chính. Màu đỏ cho biết một trong Ba Ngôi Đức Chúa Trời đang phán dạy. Màu đen biểu thị người kể chuyện của sách, trong khi đó màu xanh được dùng để cho biết các nhân vật chính trong sách, còn màu xanh biểu thị cho những người khác.

SourceView là ứng dụng rất lý tưởng dành cho các nhóm nhỏ và gia đình học Kinh Thánh với nhau. Các thành viên trong nhóm có thể chọn một màu sắc, rồi thay phiên nhau đọc Kinh Thánh thật lớn tiếng. Khi có một cá nhân nào đó học Kinh Thánh, thì người khác có thể dễ dàng kiểm tra ai đang nói và đang có sự việc gì diễn ra – hầu hết mọi thứ được thiết kế để chúng ta cảm thấy mình đang sống trong câu chuyện đã xảy ra hàng ngàn năm về trước.

Đó là sự thay đổi chủ yếu đầu tiên trong cách bố trí bản văn vì ngày nay Kinh Thánh đã được chia thành các câu Kinh Thánh khác hơn rất nhiều so với hơn năm trăm năm về trước.[2]

Một tỷ cách để nghiên cứu và tìm hiểu Kinh Thánh

Điều thứ hai trong ứng dụng Kinh Thánh SphereView. Đó là sự hỗ trợ chưa từng có trong việc nghiên cứu Kinh Thánh. Vì đây là ứng dụng có sự cải tiến, thật khó để diễn ra hết. Ứng dụng này không thể xuất bản thành giấy được. Thật ra, nó cũng không phải là quyển sách. Nó là một ứng dụng. Cách mạng IT phải đạt được giới hạn như ngày hôm nay thì mới có được ứng dụng như thế này cho chúng ta.

Bạn cũng có thể đoán được sau khi đọc thấy tên của ứng dụng rồi phải không, ứng dụng này được dùng để cho thấy bảy lĩnh vực xã hội xuất hiện xuyên suốt Cựu Ước và Tân Ước trong việc nghiên cứu Kinh Thánh. Nó có những biểu tượng và sự phân chia màu sắc cho thấy bảy lĩnh vực xã hội này xuất hiện như thế nào trong từng câu Kinh Thánh. Vì có nhiều câu Kinh

Thánh bao gồm hai hay nhiều lĩnh vực xã hội, nên cần phải dùng đến một định dạng kỹ thuật số. Hãy nghĩ thử xem, mỗi câu Kinh Thánh hàm chứa rất nhiều ý nghĩa, cho nên có vô số các đường dẫn để bạn có thể tìm hiểu những phân đoạn khác nữa.

Chỉ cần vài cú đúp chuột, bạn có thể xâm nhập vào từng câu Kinh Thánh chứa đựng một lĩnh vực xã hội nào đó, hoặc là một khía cạnh xã hội có liên quan đến một nhóm dân tộc nào đó chẳng hạn như dân Y-sơ-ra-ên. Hoặc là bạn có thể khám phá mối liên hệ giữa lĩnh vực xã hội này với lĩnh vực xã hội khác. Có thể bạn cũng muốn biết mọi điều Chúa Jêsus đã phán về gia đình chẳng hạn, hay là Ngài đã phán về khía cạnh này khi nào. Bạn có thể tìm kiếm những chỗ Kinh Thánh nói về khía cạnh gia đình có liên quan đến khía cạnh chính quyền nữa.

Thật là hoa cả mắt phải không! Với kho dữ liệu đồ sộ như vậy, ứng dụng SphereView có thể mang lại hơn một tỷ rưỡi phương pháp tìm kiếm Lời Chúa.

Hai bộ phận khác nữa trong ứng dụng này là Kinh Thánh VerbView và CommandView. Chúng sẽ được ra mắt sau khi quyển sách này được xuất bản và cũng sẽ có mặt theo dạng kỹ thuật số. VerbView cho biết đặc tánh của Đức Chúa Trời, bày tỏ suy nghĩ và cảm nhận của Ngài trong từng câu Kinh Thánh, những Lời Chúa phán và những hành động mà Ngài đã làm ra. CommandView cho biết Đức Chúa Trời muốn loài người phải sống như thế nào. Nó còn cho thấy từng mạng lệnh đã xuất phát từ tấm lòng yêu thương của Đức Chúa Cha như thế nào dành cho chúng ta.

Tất cả bốn bộ phận trong ứng dụng Kinh Thánh kỹ thuật số này sẽ liên hệ chặt chẽ với nhau. Thí dụ như, bạn sẽ thấy được những điều Chúa đã hứa làm cho những gia đình nào vâng theo mạng lệnh của Ngài. Đây là một vài món quà tuyệt vời mà Chúa đã ban cho chúng ta trong giai đoạn lịch sử này. Chúng ta thật được phước khi nhìn thấy những điều này xảy ra.

CHƯƠNG 17
MỘT QUYỂN SÁCH NGUY HIỂM

Bạn có bao giờ tự hỏi vì sao những kẻ bạo chúa lại sợ Kinh Thánh không? Họ tưởng rằng quyển sách này kể truyện cổ tích về Đức Chúa Trời không hề tồn tại. Nếu vậy thì tại sao họ lại tiêu huỷ từng quyển Kinh Thánh như vậy? Tại sao họ lại giam giữ hay giết hại những người sở hữu Kinh Thánh hay tin vào Đức Chúa Trời của Kinh Thánh như vậy? Họ sợ điều gì? Tại sao có những người liều mạng sống mình để có được một quyển Kinh Thánh chứ?

Kinh Thánh là quyển sách nguy hiểm đối với những ai muốn kiểm soát. Chúa Jêsus phán rằng: "Nếu các ngươi hằng ở trong đạo ta, thì thật là môn đồ ta; các ngươi sẽ biết lẽ thật, và lẽ thật sẽ buông tha các ngươi" (Giăng 8:31-32).

Horace Greeley là một ký giả nổi tiếng và cũng là nhà hoạt động xã hội chống lại nạn buôn nô lệ. Ông đã tham gia cuộc chạy đua giành chức Tổng thống vào thế kỷ mười chín. Greeley đã trở nên nổi tiếng với câu nói: "Không ai có thể khuất phục ý chí và đời sống xã hội của một người đọc Kinh Thánh. Những nguyên tắc Thánh Kinh là cơ sở tạo nên sự tự do của loài người".

Lời Chúa khiến con người có tự do chính kiến. Nhưng cũng đem đến sự tự do về nhiều mặt khác nữa. Chúng ta đã nhìn thấy trong câu chuyện của Danny Lehmann, Lời Chúa đã trả tự do cho tâm trí và thân thể của ông. Lời Chúa khiến con người thoát khỏi tội lỗi của mình, giống như bộ tộc ở Guatemala đã được đề cập trong chương ba. Các tín hữu Hội thánh thoát khỏi sự nghiện rượu, bạo hành gia đình và ngoại tình sau khi họ đọc Kinh Thánh bằng tiếng mẹ đẻ của mình. Kinh Thánh khiến con người tự do khỏi sự ngu dốt và sự tù túng của văn hoá, giống như các nhóm của Hans Nielsen Hauge đã kinh nghiệm ở Na-uy. Lời Chúa cũng giúp con người được biến đổi các khía cạnh xã hội mà họ đã được kêu gọi để dấn thân vào.

Chuyện gì đã xảy ra với Murder Capital?

Vài năm trước, tôi gặp được Ed Vilvosa ở Argentina. Ed nói rằng ông muốn kể cho tôi nghe về Juarez, Mê-xi-cô. Tôi biết rõ khu vực đó. YWAM có một cơ sở rất đẹp ở ngoài Juarez gọi là Rancho de los Amigos. Đó là mục vụ trẻ mồ côi.

Tôi cũng biết những tin đồn xấu về Juarez và bang

Chihuahua. Cho đến mới đây, khu vực này là một trong những nơi dễ chết nhất trên thế giới. Các băng đảng ma tuý đã hỗn chiến với nhau và gây chiến với người dân trong thành phố – đàn ông, phụ nữ và trẻ em. Họ đã giết hại mười ngàn người trong vòng chỉ vài năm.

Các thị trưởng và sĩ quan cảnh sát là những mục tiêu chính. Vài người bị chặt đầu, nhiều người khác bị đánh cho tới chết. Các băng đảng đã sát hại mười một thị trưởng trong khu vực vào năm 2010.[1] Cảnh tàn sát rất ghê tợn.

Khi Silvosas đến thăm Juarez, Ed đã yêu cầu người dân cầu thay cho cảnh sát và đường phố của họ. Họ bắt đầu cầu thay. Tỷ lệ tội ác đã hạ xuống đáng kể. Vài năm trôi qua, người dân bắt đầu để ý. Theo như báo cáo của đài CNN, hơn ba ngàn người bị giết vào năm 2011. Nhưng vào tháng Tư, chỉ có chín mươi chín người chết vào năm 2015.[2]

"Hãy nhìn xem, ông Loren". Ed lấy ra một tấm hình. Tôi nhìn thấy đường chân trời của thành phố. Một tấm bản rất to hướng về thành phố ghi là "Ciudad Juarez". Sau đó tôi để ý kỹ hơn. Bên cưới tấm bản, người dân đã dùng những hòn đá màu trắng để sắp thành chữ "La Biblia es Verdad. Lea La". Có nghĩa là: "Kinh Thánh là chân lý. Hãy đọc".

Ký giả của CNN thuật lại vài nguồn thông tin là những người đã giả định về lý do tại sao tội ác lại suy giảm đáng kể như vậy. Họ không có câu trả lời chính xác. Còn chúng tôi biết rất rõ. Juarez cho biết rằng sự cầu nguyện và Kinh Thánh là lý do duy nhất tạo nên sự biến đổi.

Quyển Kinh Thánh cũ

Hãy lắng nghe một lãnh đạo Cơ Đốc nói về quyển Kinh Thánh mà ông đã sử dụng rằng: "Nếu bạn có thể nhìn thấy quyển Kinh Thánh của tôi, thì bạn sẽ chẳng ấn tượng đâu... Đó là quyển Kinh Thánh cũ lắm rồi! [Nhưng] tôi yêu quyển Kinh Thánh đã cũ mòn này, nó đã đi cùng tôi suốt nửa đường đời. Nó đã trải qua những lúc rất vui và cũng có lúc nhiều nước mắt nữa. Đó là kho báu quý nhất của tôi – tôi đã sống cùng nó, tôi sẽ không đánh đổi quyển Kinh Thánh với bất kỳ điều gì trong thế giới này đâu".

Đó là lời lẽ của Đức giáo hoàng Francis. Có lẽ bạn cảm thấy ngạc nhiên. Nhưng khi vợ chồng tôi, cùng với các nhân sự YWAM đếp gặp riêng vị giáo hoàng này vào tháng 11 năm 2014, chúng tôi gặp được một người yêu mến Chúa Jêsus và yêu Kinh Thánh.

Trong một bài viết từ Báo Công Giáo, Đức giáo hoàng Francis gọi Kinh Thánh là "quyển sách rất nguy hiểm". Ông nói rằng: "Cơ Đốc nhân bị bắt bớ trên thế giới ngày hôm nay còn nhiều hơn thời kỳ đầu tiên của Hội thánh". Người tin Chúa thường bị bắt bớ vì họ đeo thập tự giá hoặc là sở hữu Kinh Thánh.

Đức giáo hoàng Francis cũng chia sẻ về thói quen

đọc Kinh Thánh của mình. "Tôi thường đọc một chút rồi để quyển Kinh Thánh một bên và suy gẫm về Chúa. Không phải tôi đã thấy Chúa, nhưng Ngài nhìn thấy tôi. Ngài đang hiện hữu. Còn tôi suy gẫm về Ngài. Tôi cảm thấy – không phải là cảm xúc gì cả – tôi cảm nhận sâu sắc về những điều Chúa phán cùng tôi. Đôi khi, Ngài chẳng phán gì cả. Tôi chẳng cảm thấy gì, chỉ có sự trống trải, trống trải, trống trải... Nhưng tôi vẫn kiên nhẫn, chờ đợi, đọc Kinh Thánh và cầu nguyện".

Đức giáo hoàng nói rằng ông còn bị ngủ gật khi cầu nguyện nữa. "Nhưng điều đó không quan trọng. Tôi chỉ là đứa con trai ở trước mặt Cha của mình, điều đó mới là quan trọng".

Mới đây, Đức giáo hoàng Francis đã khích lệ một triệu người trẻ tại một buổi nhóm thanh niên ở Ba-lan hãy đọc Kinh Thánh mỗi ngày. Ông nói rằng Kinh Thánh không phải để trang trí trên kê sách mà chúng ta phải cầm quyển Kinh Thánh trong tay. Ông nói rằng: "Hãy tự hỏi liệu Đức Chúa Trời có đang đụng chạm tận sâu thẳm trong lòng của bạn chăng. Đó là cách duy nhất để quyền phép của Lời Chúa tác động trên cuộc đời bạn. Đó là cách duy nhất Lời Chúa có thể thay đổi cuộc đời bạn, làm cho đời sống bạn trở nên đẹp đẽ và sống động".[3]

CHƯƠNG 18
KHÔNG PHẢI LÀ GỢI Ý

Chấm dứt nạn đói Kinh Thánh trên thế giới có khả thi chăng? Có chứ nếu chúng ta làm phần của mình. Không có tổ chức hay phong trào nào có được những nguồn lực để hoàn thành công tác chuyển ngữ, xuất bản và phân phối Kinh Thánh. Nguồn lực của chúng ta giống như năm cái bánh và hai con cá vậy. Chúng ta phải biết rõ mình đang có gì trong tay. Mỗi người đều có điều gì đó. Chúng ta cần phải cầu nguyện, dâng hiến tiền bạc và ra đi – cho dù phải đi tới nhà hàng xóm hay những hòn đảo xa xôi nhất, đi vào từng và làng mạc trên các dãy núi khắp thế giới.

Điều ấy sẽ xảy ra. Chúa đang thúc giục chúng ta phải hành động. Ngài đã ban cho chúng ta những người có tài và những đối tác được xức dầu. Ngài đã dẫn dắt người nam và người nữ để tạo ra các phương tiện kỹ thuật tuyệt vời. Nhưng chúng ta cần phải dâng lên Ngài những cái bánh và mấy con cái để chính Ngài có thể nhân rộng mọi thứ.

Một triệu người cầu thay

Bước đầu tiên là cầu nguyện. Kẻ thù của chúng ta có sức mạnh hơn hẳn loài người xác thịt, nhưng hắn không thể thắng hơn Đức Thánh Linh và lời cầu nguyện của các chiến sĩ cầu thay. Giống như 1 Giăng 4:4 chép rằng: "Đấng ở trong các con là lớn hơn kẻ ở trong thế gian".

Tôi kêu gọi sự kết ước của một triệu người cầu thay cách thường xuyên để xin Chúa hoàn thành khải tượng này. Một người bạn và cũng là lãnh đạo phong trào cầu nguyện toàn cầu, Mike Bickle, cũng đang tìm kiếm một triệu người cầu nguyện mỗi ngày để chấm dứt nạn đói Kinh Thánh và hoàn thành Đại Mạng Lệnh.

Bạn có sẵn sàng cầu nguyện không? Nếu vậy, hãy vào trang điện tử EndBiblePovertyNow.com và ký tên vào lời hứa.

Ngoài việc cầu nguyện, còn có những cách khác để dự phần. Bạn có thể tham gia một chuyến truyền giáo ngắn hạn để hỗ trợ các nhà ngôn ngữ học. Hoặc là bạn có thể phát Kinh Thánh tại nơi mình đang sinh sống. Đừng cho rằng mọi người đang sống trong khu vực của bạn đã có Kinh Thánh rồi.

Hãy tìm kiếm Chúa để biết phần của bạn là gì. Hãy

kêu gọi Hội thánh tham gia, nhưng đừng nản lòng nếu họ không đáp ứng lại. Hãy cởi mở làm việc với các chi thể khác trong thân thể của Đấng Christ và tìm kiếm sự chúc phước từ "người canh cửa".

Hãy cầu xin Chúa để biết ai có thể tham gia cùng bạn. Hãy gặp nhau và lên kế hoạch để cam kết với nhau, tìm cách chia sẻ với cộng đồng, tìm cách kêu gọi gây quỹ để mua Kinh Thánh, mua ở đâu, từ nhà xuất bản hay từ Kinh Thánh Hội.

Nếu bạn là người kinh doanh, cảnh sát trưởng, thầy cô giáo, nhân viên IT, hay làm ngành nghề nào đó, hãy cầu xin Đức Thánh Linh chỉ bạn cách để dự phần. Đối với Thanh Niên Với Sứ Mạng, chúng tôi cộng tác với những người đang làm việc trong các lĩnh vực xã hội. Chúng tôi giúp huy động và khích lệ các nhóm đó. Chúng tôi còn tìm cách cộng tác với những người đang đi làm, trình bày cho họ biết cách để hỗ trợ chấm dứt nạn đói Kinh Thánh trong công sở hoặc là sử dụng lĩnh vực chuyên môn của họ để đóng góp vào dự án này ở một nơi nào đó.

Hãy chia sẻ quyển sách này với người khác và cầu nguyện rằng họ cũng sẽ dự phần vào công tác chấm dứt nạn đói Kinh Thánh. Em gái của tôi là Janice Rogers và chính tôi không hề nhận tiền bản quyền từ quyển sách này. Chúng tôi muốn hỗ trợ công tác chia sẻ Lời Chúa cho người hư mất.

Hãy sống liều lĩnh

Đi đến những nơi tận cùng của thế giới là một lựa chọn khác. Sống liều lĩnh suốt cả cuộc đời. Hãy cùng với chúng tôi leo lên dãy Hi-ma-lay-a, đi bộ xuyên qua vùng Trung Mỹ, gõ cửa các trung tâm đô thị, hoặc là đi thuyền ra thăm các hòn đảo xa xôi nhất trên đất.

Đủ cho cả Trung Hoa, Ấn Độ và thế giới

Đây là lúc cần phải hành động. Vì phương tiện kỹ thuật mà Đức Chúa Trời đã ban cho chúng ta, 80 phần trăm dân số trên thế giới đã có được các sách Tân Ước trong tiếng mẹ đẻ của họ. Kinh Thánh chưa bao giờ được lan rộng như ngày hôm nay. Chúng tôi đã đề cập rất nhiều sự cải tiến trong lĩnh vực IT đã có sự sẵn sàng. Không lâu nữa, các vệ tinh sẽ truyền tải Kinh Thánh vào các thiết bị cầm tay và điện thoại thông minh, ngay cả những người đang sống ở các quốc gia không chấp nhận Kinh Thánh và Lời của Ngài cũng sẽ nhận được.

Đừng quên Kinh Thánh bằng giấy. Bạn có biết Trung Hoa đang sản xuất số lượng Kinh Thánh nhiều nhất thế giới chăng? Như chúng ta đã nhìn thấy trong chương mười một, một nhóm các thợ in ở Trung Hoa không thôi đang in ra một quyển Kinh Thánh chỉ trong vòng bốn giây đồng hồ. Tức là họ sẽ in được mười lăm quyển trong vòng một phút, 900 quyển trong một giờ, 21,600 quyển trong một ngày, 129,600 quyển mỗi tuần sáu ngày, hay là 6,739,200 quyển trong một năm. Họ có thể in được 30,326,400 quyển Kinh Thánh vào Giáng Sinh năm 2020. Bấy nhiêu vẫn chưa đủ để phát Kinh Thánh cho 47 triệu hộ gia đình ở Trung Hoa.[1] Nhưng nếu bạn nghĩ đến hàng triệu và hàng triệu hộ gia đình ở Trung Hoa với phương tiện mạng điện tử, thì chúng ta có thể đạt được mục tiêu. Chúng ta có thể cung ứng Lời Chúa cho từng hộ gia đình ở Trung Hoa, Ấn Độ và cho cả thế giới.

Thế còn những người mù chữ hay những người không biết đọc thì sao? Đối với 771 triệu người này đã có Kinh Thánh bằng tiếng nói rồi. UniSkript cũng sẽ giúp họ đọc được Kinh Thánh bằng tiếng mẹ đẻ trong vòng hia tuần hoặc là ít hơn thế nữa.

Một mục tiêu và thời hạn

Đức Chúa Trời đã mở ra tất cả những điều này để chúng ta thực hiện ý muốn của Ngài một cách dễ dàng hơn. Làm sao chúng ta có thể trì hoãn đem Lời Chúa đến với mọi người? Trách nhiệm của chúng ta là gieo giống cho mùa gặt thuộc linh lớn nhất trong lịch sử.

Đây là mục tiêu dành cho tất cả chúng ta trong thân thể của Đấng Christ. Một mục tiêu phải có sự rõ ràng, phải đo lường được, cũng như phải có thời hạn. Hiện nay, có hoảng 1,776 ngôn ngữ chưa có Kinh Thánh, họ không biết một chữ nào cả trong Kinh Thánh. Mục tiêu của chúng ta là chuyển ngữ Kinh Thánh Tân Ước bằng tiếng nói cộng với mười hai chương đầu tiên của sách Sáng thế ký và bộ phim *Cuộc đời Chúa Jêsus* cho từng hộ gia đình trên đất này, mà phải là tiếng mẹ đẻ của họ. Phần thứ hai trong công tác chấm dứt nạn đói Kinh Thánh là chúng ta có thể giúp họ có được phần còn lại của Kinh Thánh.

Mục tiêu của chúng ta phải bao gồm cả những bộ tộc du cư, không có nhà ở và ngay cả những người đang ở trong tù và các thể chế cô lập nào đó. Chúng ta muốn thay đổi từ 1,776 ngôn ngữ chưa có Kinh Thánh trở thành số không – tức là không còn ngôn ngữ nào mà không có Kinh Thánh nữa. Thời hạn của chúng ta là ngày 25 tháng 12 năm 2020.[2]

Chúng ta cũng muốn vươn tới những người có Kinh Thánh trong ngôn ngữ của họ rồi mà vẫn chưa biết về Kinh Thánh. Họ chưa nghe về Chúa Jêsus, chưa gặp một người tin Chúa nào, chưa nhìn thấy quyển sách của Đức Chúa Trời. Mục tiêu của chúng ta cũng bao gồm cả việc phát Kinh Thánh cho những người chưa có quyển Kinh Thánh trong nhà của họ. Đó mới là ý nghĩa của việc chấm dứt nạn đói Kinh Thánh ngay bây giờ.

Ngày 25 tháng 12 năm 2020. Bạn có nghĩ tới việc tặng quà sinh nhật cho Chúa Jêsus bằng cách đem Lời Chúa đến với từng hộ gia đình trên đất này không?

Chúa Jêsus đang thúc giục bạn "hãy làm điều đó!"

Ngài không phán đó là điều không làm cũng không sao. Ngài đã phán điều đó trong mạng lệnh. Hãy đi và môn đồ hoá muôn dân. Hãy đem Lời Chúa đến với họ. Hãy làm báp-tem cho họ bằng cách dạy họ làm theo mọi điều mà Ngài đã truyền dạy. Vì Ngài hứa rằng: "ta thường ở cùng các ngươi luôn cho đến tận thế" (Ma-thi-ơ 28:19-20).

Chúng ta có thể làm được điều này. Đức Chúa Trời đang vùa giúp chúng ta. Chúa phán rằng Ngài đang tìm kiếm khắp thế gian người nào có lòng trọn thành với Ngài. Còn nữa, Ngài hứa sẽ thêm sức cho chúng ta (2 Sử ký 16:9). Hãy đem Kinh Thánh đến với từng ngôn ngữ. Hãy đem Lời Chúa lan rộng trên mạng điện tử. Hãy xuất bản Lời Chúa bằng giấy. Đức Chúa Trời muốn chúng ta được biến đổi. Sau đó, Ngài muốn dùng chúng ta để biến đổi các dân tộc. Vì Chúa Jêsus hứa rằng…

"Trời đất sẽ qua, nhưng lời ta nói chẳng bao giờ qua đi" (Ma-thi-ơ 24:35).

PHỤ LỤC A
CƠ HỘI ĐẶC BIỆT

Mục tiêu của chúng tôi là đem Lời Chúa đến với 1,776 ngôn ngữ chưa có Kinh Thánh. Đây là lời kêu gọi của tôi dành cho bạn. Hãy tham gia để vừa được huấn luyện vừa giúp chấm dứt nạn đói Kinh Thánh.

Bạn có thể được học Lời Chúa và làm việc trên cánh đồng truyền giáo để lan rộng Lời Chúa, đồng thời bạn còn được cấp chứng chỉ AA của Trường Đại Học Các Dân Tộc của YWAM nữa.[1]

Trước hết, bạn phải hoàn thành Trường Huấn Luyện Môn Đồ tại một trong các cơ sở của chúng tôi đang có mặt tại 160 quốc gia. Sau đó, bạn có thể tham gia một trong các khoá học Kinh Thánh cấp hai. Có rất nhiều khoá học bao gồm cả khoá học mà tôi đã đề cập trong sách này là – Word by Heart và Trường Nghiên Cứu Kinh Thánh.

Bên cạnh đó, bạn có thể chọn những lĩnh vực khác

như các trường dạy về UniSkript hoặc là học hỏi từ các chuyên gia chuyển ngữ Kinh Thánh. Một lĩnh vực khác có thể trang bị cho bạn hỗ trợ làm nhạc nền cho phim hoặc là ghi âm bằng tiếng nói cho các thứ tiếng khác. Đối với các khoá học của Trường Đại học Các dân tộc, các nhân sự là những giáo sư đến từ công trường truyền giáo mà họ đang làm việc. Trong chương trình cấp chứng chỉ AA, rất nhiều người đến từ các tổ chức truyền giáo đang làm việc trong công tác chấm dứt nạn đói Kinh Thánh.

Từng khoá học đều có phần thực hành là giai đoạn chính bạn sẽ giúp đỡ người thông dịch, người làm phim và các kỹ sư âm thanh để sản xuất Kinh Thánh. Hoặc là bạn có thể được cảm động để giúp đỡ một nhóm dân tộc thiểu số nào đó biết đọc chữ trong tiếng mẹ đẻ của họ.

Cánh đồng truyền giáo của bạn sẽ là nhiều nơi khác nhau trên thế giới. Mỗi trường đều có thời gian cầu nguyện và cầu hỏi Chúa về địa điểm thực tập mà Chúa muốn sai đi.

Tất cả chương trình huấn luyện đều sẽ nhắm đến mục tiêu – đem các sách Tân Ước cộng với mười hai chương đầu tiên của Sáng thế ký và bộ phim *Cuộc đời Chúa Jêsus* đến với 1,776 ngôn ngữ chưa có Kinh Thánh. Mục tiêu của chúng tôi là muốn nhìn thấy con số 1,776 thành con số không. Tức là không còn ngôn ngữ nào chưa có Kinh Thánh trong tiếng mẹ đẻ của họ nữa.

Thay vì thế, Kinh Thánh sẽ được chuyển ngữ sang bảy ngàn ngôn ngữ trên thế giới.

Hãy đến dự phần. Hãy trở thành người thay đổi thế giới.

PHỤ LỤC B
KẾT ƯỚC CHẤM DỨT NẠN ĐÓI
KINH THÁNH

Mục tiêu là một triệu người cầu nguyện và làm theo. Bạn có muốn dự phần như Lời Chúa Jêsus đã phán không?

"…Nước thiên đàng giống như men mà người đàn bà kia lấy trộn vào trong ba đấu bột, cho đến chừng nào bột dậy cả lên" (Ma-thi-ơ 13:33).

"Hãy sanh sản, thêm nhiều, làm cho đầy dẫy đất" (Sáng thế ký 1:28).

Tôi hứa với Chúa sẽ giúp chấm dứt nạn đói Kinh Thánh ngay bây giờ bằng cách cầu nguyện thường xuyên và làm theo sự dẫn dắt của Đức Thánh Linh.

Ký tên:_____

Tên:_____

Quốc gia:_____

Bằng sức của Chúa, tôi sẽ huy động nhiều người khác đến trang điện tử EndBiblePovertyNow.com để ký tên và kết ước cầu thay thường xuyên và làm theo sự dẫn dắt của Đức Thánh Linh.

__ Đã cầu nguyện __100 người __60 người __30 người

Ký tên:_____

PHỤ LỤC C
NGUỒN TƯ LIỆU

Các sách khác của tác giả Loren Cunningham

Quyển sách biến đổi các dân tộc: Quyền năng của Kinh Thánh biến đổi bất kỳ quốc gia nào

Dám sống trên bờ vực: Cuộc phiêu lưu của đức tin và tài chính

Phải chăng đó là Ngài, thưa Chúa? Lắng nghe tiếng Chúa

Tôn Jêsus là Chúa: Sức mạnh để từ bỏ quyền tự quyết

Phụ nữ thì sao? Góc nhìn mới của Kinh Thánh về phụ nữ trong công tác truyền giáo, mục vụ và vai trò lãnh đạo, với David Hamilton.

Gợi ý sách để tham khảo thêm:

Vishal Mangalwadi, *The Book that Made Your World: How the Bible Created the Soul of Western Civilization.*

Darrow L. Miller với Stan Guthrie, *Discipling Nations: The Power of Truth to Transform Cultures*, tái bản lần hai.

Ứng dụng Kinh Thánh SourceView và SphereView

Trang giới thiệu về SourceView và SphereView: http://beta.scripturesys.com/

SourceView Suite of Bibles — SourceView, SphereView và (sắp ra mắt) CommandView và VerbView: https://vimeo.com/138527890

Hướng dẫn ngắn về SourceView: https://vimeo.com/
24106610

Các phim ngắn:

*Tất cả các đoạn phim ngắn đều có sẵn trên trang
điện tử:*
EndBiblePovertyNow.com; chọn "Video".
"How to Do an Oral Translation"
"How Bible Translation Works"
"How Bible Translation Works, Phần 2"
"Our Lives Tell a Story"
"Your Prayers Help People Get the Bible" (by Wycliffe)

Các tổ chức đối tác:

American Bible Society: www.americanbible.org
Every Tribe, Every Nation: www.
everytribeeverynation.org
Faith Comes By Hearing: www.
faithcomesbyhearing.com
Global Recordings: http://globalrecordings.net/en/
International Mission Board: www.imb.org
Issachar Initiative: http://issacharinitiative.org
Jesus Film Project: www.jesusfilm.org
One Story: www.onestory.org
Renew Outreach: www.renewoutreach.com
Pacific Wa'a: http://pacificwaa.org
Pioneers: www.pioneerbible.org
Seed Company: https://theseedcompany.org
SIL: www.sil.org
Transworld Radio: www.twr.org
Wycliffe: www.wycliffe.org

PHỤ LỤC D

BẢN HIẾN CHƯƠNG CƠ ĐỐC
CHRISTIAN MAGNA CARTA

Chúng tôi khẳng định Bản hiến chương Cơ Đốc trình bày quyền lợi cơ bản sau đây hoàn toàn đúng với tinh thần của Phúc âm. Mọi người trên đất đều có quyền:

- Nghe và hiểu Phúc âm của Đức Chúa Jêsus Christ.
- Có Kinh Thánh trong tiếng mẹ đẻ của mình.
- Có cộng đồng thông công Cơ Đốc gần gũi, có thể nhóm thông công đều đặn mỗi tuần, được nghe, dạy dỗ Kinh Thánh và thờ phượng Chúa với người khác trong thân thể của Đấng Christ.
- Được hưởng nền giáo dục Cơ Đốc thích hợp cho con cái.
- Được đáp ứng nhu cầu cơ bản trong đời sống như: thực phẩm, nước uống, quần áo, chỗ ở và y tế.

- Có đời sống kết quả và đầy trọn về mặt thuộc linh, tinh thần, xã hội, tình cảm và thể chất.

Chúng tôi kết ước với bản thân, nhờ ân điển của Chúa, để hoàn thành bản hiến chương này và sống vì sự vinh hiển của Ngài.

GHI CHÚ

2. Ý TƯỞNG CỦA CHÚA

1. Các thống kê từ Hiệp hội Wycliffe Toàn cầu: "Thống kê tỷ lệ Kinh Thánh và Ngôn ngữ, 2015" đã truy cập vào ngày 29 tháng 6 năm 2016, www.wycliffe.net/statistics.
2. "Có chừng khoảng 7,2 tỷ người đang sống trên thế giới ngày hôm nay, trong đó có 3 tỷ người là các nhóm dân tộc chưa được vươn đến hiện có rất ít hoặc không biết về Phúc âm của Đức Chúa Jêsus Christ". Tổ chức Truyền giáo Tiên phong Toàn cầu, "Các nhóm Dân tộc chưa được vươn đến", truy cập vào ngày 19 tháng 9 năm 2016, https://globalfrontiermissions.org/gfm-101-missions-course/the-unreached-peoples-and-their-role-in-the-great-commission/.

3. TẠI SAO PHẢI CHẤM DỨT NẠN ĐÓI KINH THÁNH

1. Tổ chức Truyền giáo Thế giới Đổi mới, "Chiến lược Vươn ra", truy cập vào ngày 15 tháng 8 năm 2016, www.renewoutreach.com/the-reach-strategy/.
2. Chiến tranh Lạnh bắt đầu sau Chiến tranh Thế giới thứ 2 giữa Liên Xô cũ, các đồng minh và các quốc gia tự do của Tây phương. Đó là khoảng thời gian đầy căng thẳng và có những đe doạ về chiến tranh nguyên tử mãi tiếp tục đến năm 1989 khi chế độ cũ hoàn toàn sụp đổ.

4. KINH THÁNH VÀ NHỮNG THAY ĐỔI CHẤN ĐỘNG

1. Vishal Mangalwadi, *Quyển sách tạo nên Thế giới của bạn: Kinh Thánh đã tạo nên linh hồn của nền văn minh Tây phương như thế nào* (Nashville: Thomas Nelson, 2011).

2. Ibid., 222.

3. Bằng chứng về Đức Chúa Trời, "Các khoa học gia nổi tiếng đặt niềm tin nơi Chúa", đã sửa đổi lần cuối vào ngày 8 tháng 12 năm 2011, www.godandscience.org/apologetics/sciencefaith.html, và Henry M. Morris, "Các khoa học gia tin Kinh Thánh trong quá khứ", Acts & Facts 11, số 1 (1982), hiện vẫn còn trong Trụ sở Nghiên cứ về sự sáng tạo, www.icr.org/article/bible-believing-scientists-past/.

4. Bằng chứng về Đức Chúa Trời, "Các khoa học gia nổi tiếng".

5. Christine Herman, "Nghiên cứu 2: Hàng triệu Khoa học gia người Mỹ là người Tin lành", Christianity Today, ngày 20 tháng 2 năm 2014, www.christianitytoday.com/ct/2014/february-web-only/study-2-million-scientists-identify-as-evangelical.html.

6. Christianity Today, "George Frideric Handel", Lịch sử Cơ Đốc giáo, truy cập vào ngày 30 tháng 5 năm 2016, www.christianitytoday.com/history/people/musiciansartistsandwriters/geo frideric-handel.html.

7. Ibid.

8. Ts. Art Lindsley, "Thầy tế lễ của hết thảy người tin Chúa", Institute for Faith, Work & Economics, ngày 15 tháng 10 năm 2013, https://tifwe.org/resource/the-priesthood-of-all-believers/.

9. Xuất 19:6; Ê-sai 61:6; 1 Phi-e-rơ 2:5; Khải huyền 1:6.

10. Tôi biết được những mục tiêu của chủ nghĩa nhân đạo thế tục lần đầu tiên và sự tấn công của nó vào các nền tảng Cơ Đốc của nước Mỹ từ Ts. Francis Schaeffer khi ông đến dạy tại trường của chúng tôi ở Thụy Sĩ. Để biết khái quát về chủ nghĩa nhân đạo đang chiếm hữu hệ thống giáo dục thật nhanh, hãy xem quyển John Loeffler, "Paradigms, Preaching and Politics: Worldview Wars", Koinonia House, tháng 9 năm 2011, www.khouse.org/articles/2001/365/. Cũng xem quyển "The Abolition of Truth and Morality" của Francis A. Schaeffer, The Highway, đã truy

cập vào ngày 26 tháng 8 năm 2016, www.the-highway.com/articleOct01.html.

11. P. Douglas Small, "Were the Roost of Our Country Based Upon the Bible"" Freedom House, ngày 1 tháng 8 năm 2015, www.freedomhousecog.com/ were-the-roots-of-our-country-based-upon-the-bible/.

12. Ibid.

13. "Civil War Casualties", Civil War Trust, đã truy cập vào ngày 23 tháng 8 năm 2016, www.civilwar.org/ education/civil-war-casualties.html.

14. Để biết thêm những câu chuyện về các quốc gia khác, xem quyển sách của tôi: *Quyển sách biến đổi các dân tộc: Quyền năng của Kinh Thánh biến đổi bất kỳ quốc gia nào (đã có tiếng Việt, Mục vụ Tiên Phong, 2017).*

5. CHÚNG TA CÓ THỂ LÀM ĐƯỢC

1. Sự ly giáo lớn vào năm 1054 T.C. đã chia cắt Hội thánh Đông âu (Chính Thống Giáo) và Hội thánh Tây âu (Công giáo La-mã).

2. Đại mạng lệnh được tìm thấy trong nhiều phần của Kinh Thánh, hầu hết trong Ma-thi-ơ 28:19-20, Mác 16:15 và Công-vụ 1:8.

3. Cru đã từng lấy tên là Campus Crusade for Christ.

6. PHƯƠNG TIỆN KỸ THUẬT ĐẨY MẠNH LỜI CHÚA

1. Không kể họ tên vì lý do nhạy cảm.

2. Các quốc gia này không thể kể tên vì lý do nhạy cảm.

3. Xem phần "Phía trên vùng Bắc Cực" trong chương 8.

4. Rolf Winkler và Andy Pasztor, "Elon Musk's Next Missioin: Internet Satellite", *Wall Street Journal*, cập nhật vào ngày 7 tháng 11 năm 2014, www.wsj.com/articles/elon-musks-next-mission-internet-satellites-1415390062.

5. Để biết thêm về Vista, vào trang www.renewoutreach.com/equipment/.

6. Truyền giáo Thế giới Đổi mới, "The LightStream", đã truy cập vào ngày 10 tháng 10 năm 2016, www.renewoutreach/lightstreams/.

7. SỰ LAN RỘNG KINH THÁNH LỚN NHẤT TRONG LỊCH SỬ

1. Sean Coughlan, "Asia Tops Biggest Global School Rankings", BBC News, ngày 13 tháng 5bna8m 2015, www.bbc.com/news/business-32608772.

2. Bob Eschliman, "Liberty Counsel: School Violated Christian Student's Religious Freedom", Charisma News, ngày 3 tháng 6 năm 2016, www.charismanews.com/politics/issues/57607-liberty-counsel-school-violated-christian-student-s-religious-freedom.

3. Gary Bates và Lita Cosner, "Pew Survey Reveals Basic Ignorance of Christian Belief", Creation Ministries International, ngày 2 tháng 11 năm 2010, http://creation.com/religion-survey-reveals-ignorance-of-bible.

4. Từ việc trao đổi với Runar Byberg, YWAM Na-uy.

5. Geoff Waugh, "Lửa phấn hưng" đã truy cập vào ngày 13 tháng 8 năm 2016, www.evanwiggs.com/revival/ history/revfire.html.

6. Cầu thay cho Scốt-len, "Lời tiên tri của Smith Wigglesworth vào năm 1947", đã truy cập vào ngày 14 tháng 6 năm 2016, www.prayforscotland.org.uk/smith-wigglesworths-1947-prophetic-word/.

8. CHẤM DỨT NẠN ĐÓI KINH THÁNH THẾ NÀO

1. Xem Phụ lục B để biết cách ký đơn cam kết.

2. Phụ lục Nạn đói Kinh Thánh (BPI) được 4k Mapping tạo ra vào tháng 8 năm 2016 để giúp định vị một ngôn ngữ nào đó trong

vùng được xem là Nạn đói Kinh Thánh. Danh sách trọn vẹn các ngôn ngữ và tình trạng của BPI của họ là tập hợp sáu dữ liệu ngôn ngữ của sáu tổ chức khác nhau. (International Mission Board, Phim Cuộc đời Chúa Jêsus, Dự án Joshua, Ethnologue/SIL, Finishing the Task và eBible), sẽ được cập nhật thêm trong tương lai. Khi bạn xem danh sách và/hoặc là bản đồ, bạn sẽ thấy mỗi ngôn ngữ được sắp đặt thành từng hạng mục: Không có Kinh Thánh, Đang chuyển ngữ, Đang xuất bản, Đang phân phối và Đã có Kinh Thánh. Bằng cách nhìn vào các ngôn ngữ trên thế giới như thế này, bất kỳ ai có mong muốn chấm dứt nạn đói Kinh Thánh đều có thể biết được nơi nào có nhu cầu lớn nhất và họ được kêu gọi đến với ai. Danh sách của từng ngôn ngữ trên thế giới có thể được tìm thấy tại endbiblepoverty.org hoặc là 4kworldmap.com dưới phần "BPI data" của cả hai trang điện tử.s

3. Bức Màn Sắt là ẩn dụ về sự chia cắt chính trị giữa tự do hoặc thế giới Tây phương và các quốc gia đóng cửa.

4. Bộ phim *Cuộc đời Chúa Jêsus* từ Phúc âm Lu-ca. Đã được công chiếu hơn 6 tỷ lần. Hiện nay đã có mặt trong hơn 1,400 ngôn ngữ, bộ phim này vẫn cần có mặt trong hơn 7000 ngôn ngữ còn lại, cho nên các đội YWAM đang thêm nhiệm vụ này vào các nỗ lực của họ.

9. LỜI CHÚA TRONG TIẾNG MẸ ĐẺ CỦA HỌ

1. Betty Fullard-Leo, "Henry opukaha'ia: The Youth Who Changed Hawai'i", *Coffee Times*, đã truy cập vào ngày 30 tháng 6 năm 2016, www.coffeetimes.com/henry.htm.

2. Hội thánh Mokuaikaua, "Kailua Kona, Hawai'i Christian History", đã truy cập cập vào ngày 5 tháng 9 năm 2016, http://mokuaikaua.com/kor ahistory/.

3. Gospel Truth Ministries, "Titus Coan: God's Servant", đã truy cập vào ngày 30 tháng 6 năm 2016, www.gospeltruth.net/hawaii_revival.htm.

4. Ibid.

5. Ibid.

6. Titus Coan, *Life in Hawai'i: An Autobiographical Sketch of Mission Life and Labors*, 1835 – 1881 (New York: A.D.F.Randolph, 1882), 154-58.

7. Để biết thêm về đề tài này, xem quyển sách tôi: *Quyển sách biến đổi các dân tộc: Quyền năng của Kinh Thánh biến đổi bất kỳ quốc gia nào* (đã có tiếng Việt, Mục vụ Tiên Phong, 2017).

10. ĐỒNG HỒ ĐANG CHẠY ĐUA

1. "SIL Pacific Language Data 2015 Report", conference paper, 2015.

2. Các thống kê từ UNESCO, "Số liệu Thống kê biết đọc biết viết vào năm 2016", đã truy cập vào ngày 15 tháng 8 năm 2016, www.unesco.org.

3. Để biết đoạn phim ngắn mô tả cách người chuyển ngữ địa phương làm việc, xem "Giáo trình CFZ – Mô phỏng Học nói", được đăng bởi The Issachar Initiative, ngày 28 tháng 2 năm 2014, https://vimeo.com/87866960.

4. Sarah Eekhoff Zylstra, "The Unwritten Word of God: Bible Translation Goes Mouth to Mouth", Christianity Today, ngày 24 tháng 4 năm 2016, www.christianitytoday.com/ct/2016/may/unwritten-word-god-bible-translation-oral-render-software.html.

11. PHÁT KINH THÁNH

1. Câu chuyện về cách Đức Chúa Trời sử dụng vị vua Si-ru của xứ Phe-rơ-sơ không tin Chúa được ký thuật lại trong 2 Sử ký 36:22-23, Ê-xơ-ra 1; Ê-sai 44:24-45:8.

12. RẢI HẠT GIỐNG

1. Phần này dựa vào *Quyển sách biến đổi các dân tộc: Quyền năng của Kinh Thánh biến đổi bất kỳ dân tộc nào* của Loren Cunningham (đã có tiếng Việt, Mục vụ Tiên Phong, 2017).

2. Trevor Saxby, "The Revival-Bringer: One Man's Initiative Regenerated Norway", Making History Now (blog), ngày 8 tháng 7 năm 2015, https://makinghistorynow.wordpress.com/2015/07/08/the-country-boy-who-fathered-a-nation-part-1/.

3. Hauge Institute, "About Hans Nielsen Hauge", đã truy cập vào ngày 16 tháng 8 năm 2016, http://haugeinstitute.org/119/about-hans-nielsen-hauge.

4. "Hans Nielsen Hauge", Wikipedia, đã truy cập vào ngày 7 tháng 7 năm 2016, https://en.wikipedia.org/wiki/Hans_Nielsen_Hauge.

5. Ibid.

13. NHỮNG CON TÀU, ĐỐI TÁC TRÊN BIỂN VÀ CHIẾC XUỒNG LỚN

1. Con số thống kê này xuất hiện vào năm 2016, theo Dự án 4K Mapping, Trường Đại Học Các Dân Tộc, Kona, Hawai'i.

14. MÓN QUÀ TRÍ TUỆ

1. Barna, "The Bible in America: 6-Year Trends", ngày 15 tháng 6 năm 2016, www.barna.com/research/the-bible-in-america-6-year-trends/.

2. Abraham Kuyper, một mục sư người Hà-lan và cũng là thủ tướng của đất nước, đã có những niềm tin tương tự về ba lĩnh vực xã hội chính. Ông đã chia ba lĩnh vực xã hội thành các hạng mục khớp với những gì Chúa bày tỏ cho tôi và Bill Bright vào mùa hè năm 1975. Xem "Christian Politics According to Abraham Kuyper", đã truy cập vào ngày 23 tháng 8 năm 2016, www.understandingworldreligions.com/chapter-summaries/cp_22_summary.pdf.

15. SỰ HUẤN LUYỆN KHÁC THƯỜNG

1. Để biết thêm thông tin về Trường Đại Học Các Dân Tộc, vào trang điện tử www.uofnkona.edu.
2. Gordon R. Lewis, "Chương trình Alpha: Đánh giá Alpha", Christian Research Institute, www.equip.org/article/alpha-course-evaluating-alpha/.
3. Ibid.
4. UniSkript Research & Literacy Institute, "What Is UniSkript?", đã truy cập vào ngày 14 tháng 6 năm 2016, http://uniskript.org/what-is-uniskript. Để biết thêm thông tin, xem YWAM Kona, "UniSkript", đã truy cập vào ngày 24 tháng 6 năm 2016, www.uofnkona.edu/ministries/uniskript/.
5. Merriam-Webster, s.v. "orthography", www.merriam-webster.com/dictionary/orthography.
6. UniSkript Research & Literacy Institute, "What Is UniSkript?"

16. TIẾP CẬN LỜI CHÚA

1. John Ashcroft, "Worship Heritage and the Modern Church" (video), Evangel University, ngày 12 tháng 2 năm 2013, www.evangel.edu/videos/guest-lecture-series-john-ashcroft/. Quote at 4:00.
2. SourceView được phát triển bởi David Hamilton. Để biết thêm thông tin, hãy vào trang http://sourceviewbible.com/.

17. MỘT QUYỂN SÁCH NGUY HIỂM

1. Chris Hawley, "11 Thị trưởng người Mê-xi-cô đã bị sát hại trong năm nay", *AZ Central*, ngày 8 tháng 10 năm 2010, http://archive.azcentral.com/news/articles/2010/10/08/20101008mayors-killed-in-mexico-2010.html.

2. Nick Valencia, "Sau nhiều năm bạo lực và chết chóc, 'Cuộc sống trở lại' tại Juarez", *CNN*, ngày 21 tháng 4 năm 2015, www.cnn.com/2015/04/21americas/mexico-ciudad-juarez-tourism/.

3. "Thông điệp của Đức giáo hoàng Francis gửi tặng thanh niên: Kinh Thánh có thể thay đổi cuộc đời bạn. Hãy đọc!", Catholic News Agency, ngày 23 tháng 10 năm 2015, www.catholicnewsagency.com/news/pope-francis-to-youth-the-bible-can-change-your-life-now-read-it-18483/.

18. KHÔNG PHẢI LÀ GỢI Ý

1. Vài người có thể thắc mắc làm thế nào hơn 1,3 tỷ người mà chỉ có 47 triệu hộ gia đình. Hãy nhớ rằng hàng triệu hộ gia đình người Trung Hoa chỉ có trung bình khoảng 5 người, trong đó ba hay bốn thế hệ sống chung một nhà.

2. Số liệu này là tính toán của tôi dành cho những người đang làm việc trong các mục vụ chuyển ngữ Kinh Thánh. Tất cả đều khác nhau, nhưng lý do rất đơn giản. Các số liệu thay đổi rất nhanh. Số liệu các ngôn ngữ chưa có Kinh Thánh sẽ giảm xuống khi các bản dịch Kinh Thánh đã hoàn thành. Số liệu gia tăng nếu họ tìm ra thêm ngôn ngữ nào đó.

PHỤ LỤC A

1. Trường Đại Học Các Dân Tộc được công nhận bởi Hiệp hội Công nhận Toàn Cầu (Global Accreditation Association) của Thụy Sĩ, các trụ sở giáo dục Cơ Đốc Thụy Sĩ từ mầm non đến các chương trình đại học khắp nơi trên thế giới.

MỤC VỤ TIÊN PHONG

Mục vụ Tiên Phong ra đời với khải tượng "chuyển ngữ và xuất bản tài liệu Cơ Đốc để rao truyền sự vinh hiển của Đức Chúa Trời vì sự vui mừng của người Việt, đặc biệt là qua sự chịu khổ, trong Đức Chúa Jêsus Christ".

Tài liệu Cơ Đốc này không thể thay thế Lời Chúa và những tài liệu của Hội thánh mà quý con cái Chúa đang nhóm lại hàng tuần. Chúng tôi chỉ mong con cái Chúa sử dụng các tài liệu này để bày tỏ Phúc Âm của Đức Chúa Jêsus Christ cho gia đình, người thân, bạn bè và cộng đồng xung quanh.

Nếu bạn muốn biết làm thế nào để dâng hiến, hỗ trợ và nhận tin tức về các tựa sách khác mà Mục vụ Tiên Phong đang chuyển ngữ, xin hãy liên hệ chúng tôi bằng thư điện tử info@tienphong.org hoặc bạn có thể tìm đến trang điện tử www.tienphong.org để tải về và đọc các tài liệu miễn phí.

Chúng tôi chân thành biết ơn các anh chị em con cái Chúa đã tin tưởng hỗ trợ dự án tài liệu Cơ Đốc cho người Việt của Mục vụ Tiên Phong.

Xin Chúa dẫn dắt,

Mục vụ Tiên Phong